D1771748

சடங்கில் கரைந்த கலைகள்

சடங்கில் கரைந்த கலைகள்

அ.கா. பெருமாள் (பி. 1947)

நாட்டார் வழக்காற்றியல் ஆய்வாளர். கிராமங்களில் சிதறிக் கிடக்கும் பன்முகத்தன்மை கொண்ட பண்பாட்டைச் சேகரித்து ஆராய்வது இவரது பணி. இவர் பதிப்பித்ததும் எழுதியதுமான நூல்கள் எண்பத்தி மூன்று. தமிழக அரசின் சிறந்த நூலாசிரியர் விருதை 'தென்னிந்தியத் தோல்பாவைக் கூத்து' (2003), 'தென்குமரியின் கதை' (2004) நூல்களுக்காக இருமுறை பெற்றிருக்கிறார்.

இவரது முக்கியமான நூல்கள், 'நாட்டார் நிகழ்த்துக் கலைக்களஞ்சியம்' (2001), 'தெய்வங்கள் முளைக்கும் நிலம்' (2003), 'ஆதிகேசவப் பெருமாள் ஆலயம்' (2006), 'தாணுமாலயன் ஆலயம்' (2008), 'இராமன் எத்தனை ராமனடி' (2010), 'வயல்காட்டு இசக்கி' (2013), 'முதலியார் ஓலைகள்' (2016), 'சீதையின் துக்கம் தமயந்தியின் ஆவேசம்' (2018) 'தமிழறிஞர்கள்' (2018), 'தமிழர் பண்பாடு' (2018), 'பூதமடம் நம்பூதிரி' (2019), அடிமை ஆவணங்கள் (2021), 'தமிழ்ச் சான்றோர்கள்' (2022), 'அத்யாத்ம ராமாயணம்' (2023) ஆகியன.

முகவரி : 471–53B2, 'ரம்யா',
தெ.தி. இந்துக் கல்லூரி தெற்கு,
நாகர்கோவில் 629 002

தொடர்புக்கு: 9442077029

மின்னஞ்சல் : perumalfolk@yahoo.com

சடங்கில் கரைந்த கலைகள்

அ.கா. பெருமாள்

காலச்சுவடு பதிப்பகம்

அன்பார்ந்த வாசகருக்கு,

வணக்கம்.

காலச்சுவடு நூலை வாங்கியமைக்கு நன்றி.

நூலின் உள்ளடக்கம், உருவாக்கம், அட்டைப்படம் இன்ன பிற அம்சங்கள் பற்றிய உங்கள் கருத்துகளையும் ஆலோசனைகளையும் காலச்சுவடு வரவேற்கிறது. தகவல், எழுத்து, வாக்கியப் பிழைகள் தென்பட்டால் கட்டாயம் தெரிவித்து உதவுங்கள். நூல் தயாரிப்பில் கடும் குறைபாடு இருப்பின் மாற்றுப் பிரதி உங்களுக்குக் கிடைக்கக் காலச்சுவடு ஏற்பாடு செய்யும்.

மின்னஞ்சல்: publisher@kalachuvadu.com

காலச்சுவடு நாகர்கோவில் அலுவலகத்திற்குக் கடிதம் அனுப்பலாம்.

தங்கள்
எஸ். ஆர். சுந்தரம் (கண்ணன்)
பதிப்பாளர் – நிர்வாக இயக்குநர்

சடங்கில் கரைந்த கலைகள் • நாட்டார் வழக்காற்றியல் • ஆசிரியர்: அ.கா. பெருமாள் • © அ.கா. பெருமாள் • முதல் பதிப்பு : நவம்பர் 2009, எட்டாம் பதிப்பு: டிசம்பர் 2023 • வெளியீடு: காலச்சுவடு பதிப்பகம், 669 கே. பி. சாலை, நாகர்கோவில் 629001

caTankil karainta kalaikaL • Folklore • Author: A.K. Perumal • © A.K. Perumal • Language: Tamil • First Edition: November 2009, Eighth Edition: December 2023 • Size: Demy 1 x 8 • Paper: 18.6 kg maplitho • Pages: 184

Published by Kalachuvadu Publications Pvt. Ltd., 669 K.P. Road, Nagercoil 629001, India • Phone: 91-4652-278525 • e-mail: publications @kalachuvadu.com • Printed at Clicto Print, Jaleel Towers, 42 KB Dasan Road, Teynampet Chennai 600018

ISBN: 978-81-89945-62-6

12/2023/S.No. 292, kcp: 4941, 18.6 (8) 1k

தங்கைகள்
மீனாவுக்கும் சிவத்திற்கும்

உள்ளுறை

முகவுரை	11
அணிந்துரை	15
1. வில்லுப்பாட்டு	25
2. கணியான் ஆட்டம்	64
3. வில்லிசையை ஒத்து நடக்கும் கலைகள்	89
4. கண்ணன் விளையாட்டு	99
5. களம் எழுத்தும் பாட்டும்	113
பின்னிணைப்புகள்	141

முகவுரை

கன்னியாகுமரி மாவட்டக் கிராமியக் கலைஞர்கள் முன்னேற்றச் சங்க மாநாடு நாகர்கோவில் இருளப்ப புரத்தில் நடந்தபோது (1995) கிராமியக் கலைஞர்களின் கலைநிகழ்த்துதல் பிரச்சினை பற்றிய தீர்மானம் ஒன்றை நான் கொண்டுவந்தேன். மாநாட்டுக்குத் தலைமை தாங்கிய குன்னக்குடி வைத்தியநாதன், கூட்டம் முடிந்த பிறகு என்னிடம், "உங்கள் மாவட்டத்துக் கலைகளைப் பற்றி மட்டும் விரிவான அறிக்கை தயாரித்துக்கொடுங்கள். முக்கியமாகக் கலைஞர்களின் பிரச்சினைகள் பற்றிய தகவல்கள் வேண்டும்" என்றார். குமரி மாவட்டக் கிராமியக் கலைஞர்களைத் திருப்திப்படுத்தச் சொன்னதாகத்தான் அப்போது நான் அதனை எடுத்துக்கொண்டேன்.

அது நடந்து ஒரு மாதம் கழித்துத் தினசரிப் பத்திரிகை ஒன்றில், தமிழகக் கிராமியக் கலைஞர்களின் பிரச்சினைகள், கலைகள் பற்றிய தகவல்களைத் திரட்டி அறிக்கை தயாரிக்கக் கேட்டு இயல் இசை நாடக மன்றத்தின் விளம்பரம் வந்தது. நான் அதைப் படித்துவிட்டு விண்ணப்பிக்கலாமா என்று தயங்கிக்கொண்டிருந்தபோது குமரி மாவட்டக் கிராமியக் கலைஞர்கள் சங்கச் செயலர் ராஜா என்னிடம் அந்த விளம்பரத்தைக் காட்டி, "நீங்கள் இதற்கு விண்ணப்பம் அனுப்ப வேண்டும். இயல் இசை நாடக மன்றத்திலிருந்து உங்களைக் கேட்டுக்கொண்டார்கள். தொலைபேசியில் பேசிவிட்டேன்" என்றார். நானும் அதற்கு இணங்கி, குமரி மாவட்டத்தில் உள்ள முக்கியக் கலையான வில்லுப்பாட்டையும் திருநெல்வேலி மாவட்டக் கலையான கணியான் ஆட்டத்தையும் பற்றி வரைவுக் குறிப்பு தயாரித்து விண்ணப்பித்தேன். ஒரு மாதத்திற்குள் இயல் இசை நாடக மன்றத் திலிருந்து அறிக்கை தயாரிக்க நிதி உதவி தருவதாகக் கடிதம் வந்தது.

இந்த நிதி உதவி எனக்கு ஊக்கம் கொடுத்ததால், தென் மாவட்டங்களில் தகவல் தேடிச் சென்ற பயணம் நீண்டுகொண்டே போனது. வில்லுப்பாட்டு, கணியான் ஆட்டம் ஆகிய இருகலைகளையும் நிகழ்த்திய கலைஞர்களையும் அவை இடம்பெற்ற விழாக்களையும் தொடர்ந்து தேடிச் சென்றேன். அது இனிமையான அனுபவம்.

நான் சேகரித்த செய்திகள் சிறு அறிக்கை தயாரிக்க எதேஷ்டம் என்றாலும் அதை விரிவாகவே எழுதினேன். அறிக்கையைச் சமர்ப்பித்த சமயம் தஞ்சைப் பல்கலைக்கழக நாட்டார் வழக்காற்றியல் துறைப் பேராசிரியர் டாக்டர் சு. சக்திவேல் என் வீட்டிற்கு வந்திருந்தார். சிதம்பரம் அண்ணாமலை நகரிலிருந்து வெளிவந்த *நாட்டுப்புறவியல்* இதழுக்கு ஒரு கட்டுரை எழுதுங்கள் என்றார். ஏற்கெனவே நானும் அவரும் குலசேகரம் மங்கலம் கிராமத்தில் 'களமெழுத்தும் பாட்டும்' கலை தொடர்பாகச் சேகரித்த செய்திகளைக் கட்டுரையாக்கி அவரிடம் கொடுத்தேன். அது *நாட்டுப் புறவியலில்* வெளியானது.

அந்தச் சமயத்தில் பாளையங்கோட்டைத் தூய சவேரியார் கல்லூரி நாட்டார் வழக்காற்றியல் துறையில் கத்தோலிக்கக் குருமார்களுக்காகத் தென்மாவட்ட நாட்டுப்புறக் கலைகள் பற்றி மூன்று நாட்கள் விரிவான வகுப்பு எடுக்க வேண்டியிருந்ததால் கணியான் ஆட்டம் பற்றிய செய்திகளை மேலும் சேகரித்தேன்.

நான் வகுப்பெடுத்தபோது கிடைத்த எதிர்வினை, நான் எழுதிய அறிக்கை, சேகரித்த பிறசெய்திகள் எல்லாவற்றையும் நூல் வடிவில் கொண்டுவர வேண்டும் என்னும் சூழலை உண்டாக்கின. எல்லாவற்றையும் புத்தக வடிவில் வெளியிடுங்கள், எங்கள் மாணவர்களுக்கும் வருகை மாணவர்களுக்கும் உபயோகமாக இருக்கும் என்றார் அதே கல்லூரிப் பேராசிரியர் லூர்து அவர்கள்.

நான் வில்லுப்பாட்டு, கணியான் ஆட்டம், களமெழுத்தும் பாட்டும் கலைகளுடன் கண்ணன் ஆட்டம் பற்றிய செய்திகளுடன் சிறு நூலை வெளியிட்டேன். அதற்கு லூர்து அவர்களே அணிந்துரை தந்தார். நாட்டார் வழக்காற்றியல் மாணவர்களுக்காக மட்டுமே எழுதியதால் 200 படிகளே அச்சிடப்பட்டன.

கோவில் சார்ந்த நாட்டார் கலைகள் என்ற அச்சிறு நூல் வெளிவந்து (1996) பன்னிரண்டு ஆண்டுகள் கழித்துப் படித்த போது மீண்டும் அதை வெளியிடலாம் எனத் தோன்றியது. அந்த நூலை அப்படியே வெளியிடுவது கால இடைவெளியைக் காட்டும் என்பதால் அதை முழுக்கவும் திருத்தி எழுதினேன். தொடர்ந்து தென்மாவட்டங்களில் அலைந்து செய்திகளும் சேகரித்தேன்.

அவற்றின் அடிப்படையில் முந்தைய கட்டுரைகளைச் செப்பனிட்டுப் புதிய நூலாக வெளியிட விரும்பினேன். அதன் விளைவே இந்த நூல்.

நான் சேகரித்த செய்திகளில் இந்தக் கலைகளுக்கும் கோவில் சடங்குகளுக்கும் உள்ள உறவு பிரிக்க முடியாதபடி இருந்தது. இந்த உறவே இக்கலைகளைத் தக்கவைத்துமுள்ளது. அதுவே இத்தலைப்பைத் தேர்ந்தெடுக்கக் காரணமாயிற்று.

குமரி மாவட்டக் கிராமியக் கலைஞர்கள் சங்கத் தலைவர் ராஜா இந்நூல் உருவாகப் பல வகைகளில் உதவினார். இதில் உள்ள பெரும்பாலான புகைப்படங்களை எடுக்க என் மகள் செல்வி ரம்யா உதவினாள்.

பாளையங்கோட்டைத் தூய சவேரியார் கல்லூரி நாட்டார் வழக்காற்றியல் துறைப் பேரா. நா. ராமச்சந்திரன், நாகர்கோவில் இந்துக் கல்லூரி ஆங்கிலத் துறைத் தலைவர் பேரா. எம். சுப்பிரமணியம், தமிழ்த் துறைப் பேரா. தெ. வே. ஜெகதீசன் ஆகியோர் ஆய்வுக்குத் தேவையான புத்தகங்களைப் பெற உதவினர். நூலை நல்ல முறையில் வெளியிடுவோர் 'காலச்சுவடு' பதிப்பகத்தார். கணினியில் வடிவமைத்தும் படங்களைச் செப்பனிட்டும் தந்தவர் செல்வி பிரேமா.

இந்நூலின் எல்லாப் பகுதிகளையும் படித்து மொழிநடையைச் செப்பம் செய்தவர் பேரா. நஞ்சுண்டன். இந்நூலை அவர் செம்மையாக்கிய முறையிலிருந்து ஒரு பனுவலை அச்சுக்குத் தயாராக்கும் முறையை அறிந்துகொண்டேன்.

வழக்கம்போல் என் இந்த நூலுக்கும் மெய்ப்புத் திருத்தினார் திரு. ராஜமார்த்தாண்டன். நூலுக்கு நல்லதொரு அணிந்துரையைத் தந்தவர் நான் மிகவும் மதிக்கும் பேரா. ஆ. சிவசுப்பிரமணியன் அவர்கள்.

இவர்கள் எல்லோருக்கும் என் நன்றியைத் தெரிவித்துக் கொள்கிறேன்.

அ.கா. பெருமாள்

அணிந்துரை

நாட்டார் வழக்காறுகளின் நான்கு முக்கியப் பிரிவு களுள் ஒன்று நாட்டார் நிகழ்த்துகலைகள். இந்த நிகழ்த்துகலைகள் பல இன்று வழக்கொழிந்துபோய் விட்டன. நாட்டார் வழக்காறுகளுக்கே உரிய வட்டாரத் தன்மையின் அடிப்படையில் சில நிகழ்த்துகலைகள் தமிழ்நாட்டின் குறிப்பிட்ட பகுதிகளில் மட்டுமே நிகழ்த்தப் பட்டுவருகின்றன.

நிகழ்த்துகலைகள் சில அழியாது இன்றும் நிலைத் திருப்பதற்கு அடிப்படைக் காரணம் அவை சமயச் சடங்கு களுடன் பிணைக்கப்பட்டிருப்பதுதான். அம்மன் கோவில் களுடனான உறவு துண்டிக்கப்பட்டிருந்தால் முளைப்பாரி வளர்த்தலும் முளைக்கும்மியும் எப்போதோ மறைந்து போயிருக்கும்.

தூத்துக்குடி, திருநெல்வேலி, கன்னியாகுமரி ஆகிய தென்மாவட்டங்களிலும் கோயில் சார்ந்து சில நிகழ்த்து கலைகள் இன்றுவரை வழக்கில் உள்ளன. இவற்றுள் ‘வில்லுப்பாட்டு’, ‘கணியான் ஆட்டம்’ ஆகியவை இம் மூன்று மாவட்டங்களிலும் நடக்கின்றன. ‘கண்ணன் விளையாட்டு’, ‘களம் எழுத்தும் பாட்டும்’ ஆகியன குமரி மாவட்டத்தில் மட்டுமே நிகழ்வன.

இன்று கிராமக் கோவில்களில் மூன்று அல்லது நான்கு தொலைக்காட்சிப் பெட்டிகளை வாடகைக்கு எடுத்து அவற்றைக் கோவில்முன் நிறுவி, குறைந்தது நான்கு திரைப்படங்களையாவது மக்களுக்குக் காட்டுவது நடக் கிறது. ஒரு நிகழ்த்துகலைக் குழுவுக்குக் கொடுப்பதை விடக் குறைந்த செலவில் நான்கு திரைப்படங்களைக் காட்டிவிடுகிறார்கள்.

மற்றொரு பக்கம் பட்டிமன்றம், வழக்காடு மன்றம். அந்தக் கால எம்.ஜி.ஆர். படங்களுக்கு 'காதல், வீரம், கத்திச்சண்டை, கிளப் டான்ஸ் அத்தனையும் நிறைந்த படம்' என்று விளம்பரம் செய்வார்கள். அது போன்று நவரசம் ததும்பும் பொழுது போக்குத் தன்மை மிகுந்த இவற்றைப் பேணி வளர்த்து வருவதில் பேராசிரியர்களுக்குப் பெரும் பங்குண்டு. எம்.ஜி.ஆர். படத்தில் கத்திச் சண்டை என்றால், இவர்கள் தொண்டை கிழியக் கத்திச் சண்டையிடுகிறார்கள்.

இவற்றையெல்லாம் மீறி மேற்கூறிய நான்கு நாட்டார் நிகழ்த்துகலைகளும் இன்றுவரை கோவில்களில் நிலைத்து நிற்பதற்கு அடிப்படைக் காரணம் இவை கோவில் சடங்கு களுடன் இணைந்திருப்பதுதான். இந்நூலில் பேராசிரியர் அ.கா. பெருமாள் வில்லுப்பாட்டு, கணியான் ஆட்டம், கண்ணன் விளையாட்டு, களம் எழுத்தும் பாட்டும் என்னும் நான்கு நிகழ்த்துகலைகளும் சடங்குகளுடன் பின்னிப்பிணைந்து நிற்பதைக் கள ஆய்வின் அடிப்படையில் ஆராய்ந்து, இவை தொடர்பான பனுவல்களின் துணையுடன் நூலாக எழுதி உள்ளார்.

முதல் கட்டுரையான வில்லுப்பாட்டு, இக்கலை குறித்த முழுமையான அறிமுகத்தையும் ஆய்வையும் மேற்கொள்கிறது. இதன் தோற்றம் குறித்து ஆராயும் ஆசிரியர், இது தொடர்பாக சோமலெ, அருணாசலம் ஆகியோர் கூறியுள்ள கருத்துகளை மறுத்துள்ளார். இம்மறுப்பு பொருத்தமாகவே உள்ளது. நாட்டார் தெய்வங்கள்மேல் புராணத்தன்மை ஏற்றப்பட்டமை என்பது பிற்காலப் பாண்டியர் ஆட்சிக்காலத்தில் தொடங்கிவிட்டதாக ஆசிரியர் கருதுகிறார்.

நாட்டார் பெண் தெய்வங்களை நிறுவனத் தெய்வங்களாக மாற்றியமைக்கும் முயற்சியைப் பிற்காலச் சோழர் காலத் திலேயே ஆதி சங்கரர் *(கி.பி. 788 – 820)* தொடங்கிவிட்டார்.

நெல்லையிலிருந்து நாடார் சமூகத்தினர் குமரி மாவட் டத்திற்கு இடம்பெயர்ந்தபோது, வில்லுப்பாட்டு இம்மாவட்டத் தில் அறிமுகமானதென்றும் 17ஆம் நூற்றாண்டிற்கு முன்பே இது நடந்திருக்க வேண்டும் என்றும் பெருமாள் கருதுகிறார்.

கால்டுவெல், மீட் போன்ற சீர்திருத்தக் கிறித்தவ மிஷனரி கள், வில்லுப்பாடல் குறித்து எழுதியுள்ள இழிவான பதிவுகளை எடுத்துக்காட்டியுள்ளார். தேடிப்பார்த்தால் கத்தோலிக்க மிஷனரி களிடமும் இத்தகைய மதிப்பீடுதான் இருந்திருக்கும் என்பது தெரியவரும். காத்தவராயன் என்னும் நாட்டார் தெய்வத்தை நம்பத்தகாதவன் என்னும் பொருளில் ராஸ்கல் *(rascal)* என்ற சொல்லால் சேசு சபை ஆண்டுமடல் ஒன்று குறிப்பிடுகிறது.

வில்லுப்பாடலுடன் தொடர்புடைய நாட்டார் தெய்வங்களை வழிபடும் அடித்தள மக்கள் பிரிவினரில் பெரும்பாலோர் கிறித் தவத்தைத் தழுவியதே இத்தகைய அணுகுமுறைக்குக் காரணம். முந்தைய வழிபாட்டுமுறைகளின் பாதிப்பு புதிய கிறித்தவர் களிடம் இருந்துவிடக் கூடாது எனக் கருதியமையே இத்தகைய எதிர்மறையான விமர்சனங்களை உருவாக்கியுள்ளது.

வில்லிசையில் பிற்காலத்தில் ஏற்பட்ட மாற்றம் குறித்தும் அதில் பயன்படுத்தும் குடம் குறித்தும் ஆசிரியர் கூறும் செய்தி கள் அவரது கள ஆய்வின் ஆழத்தைக் காட்டுகின்றன. பனைமரத் திற்கும் வில்லின் முக்கிய உறுப்பான கதிருக்கும் இடையிலான உறவு, கதிரில் இடம்பெறும் நாணை உருவாக்குதல், குடம் செய் வதற்குப் பயன்படுத்தும் மண்ணுடன் சேர்க்கப்படும் பொருள்கள் ஆகியன தொடர்பாக அவர் கூறுவன புதிய செய்திகள். நிகழ்த்து கலை ஒன்றில் இடம்பெறும் கருவியை உருவாக்கும் நாட்டார் தொழில்நுட்பம் குறித்த செய்திகளாக இவை அமைந்துள்ளன.

19ஆம் நூற்றாண்டின் இறுதிவரை ஓலையில் எழுதிவைக் கும் பழக்கம் இருந்தமையும் விவிலியத்தை ஓலையில் எழுதி வைத்திருந்ததையும் குறிப்பிட்டுள்ளார்.

பாலுணர்வு முரண்பாடும், தமிழர் மலையாளி முரண்பாடும் வில்லுப்பாட்டுக் கதைகளில் படிந்துள்ளன என்ற ஸ்டூவர்ட் பிளாக்பேர்ன் கருத்தை மறுக்கும் ஆசிரியர், 'மண உறவு மறுக்கப் படுவதற்குச் சாதியும் அந்தஸ்தும்தான் காரணங்களாக அமை கின்றன' என்கிறார். 'தமிழர், மலையாளி முரண்பாடு வில்லுப் பாட்டுக் கதைகளில் இல்லை என உறுதியாகக் கூற முடியும்' எனச் சான்றுகளுடன் நிறுவியுள்ளார் (ப. 53).

1950இல் வெளியான என்.எஸ். கிருஷ்ணனின் *காந்தி மகான் கதை*தான் கன்னியாகுமரி மாவட்டத்தில் அச்சான முதல் வில்லுப்பாட்டு என்பது ஸ்டூவர்ட் பிளாக்பேர்னின் கருத்து. 1933இல் கிருஷ்ணாபுரம் மு. பெருமாள் நாடார் நாகர்கோவில் ஜே.எ. தாமஸ் அச்சகத்தில் அச்சிட்ட நூல் ஒன்றின் பின்னட்டை யில் *சிறுத்தொண்டன் விற்கவிதை*, *முத்தாரம்மன் விற்கவிதை* எனச் சில விற்கவிதைகளுக்கான விளம்பரம் வெளி வந்துள்ள தைச் சுட்டிக்காட்டிப் பிளாக்பேர்ன் கூற்றை ஆசிரியர் மறுத்து உள்ளார் (ப. 54). வில்லுப்பாடல் புனைபவர்கள் தொடர்பாக அவர் கூறியுள்ள கருத்தையும் பெருமாள் மறுத்துள்ளார் (ப. 54).

கட்டுரையின் இறுதியில் வில்லுப்பாட்டில் ஏற்பட்ட மாற்றங் களாக ஆறு செய்திகளை ஆசிரியர் குறிப்பிட்டுள்ளார். நிறுவனச் சமயங்களான சைவ வைணவக் கோவில்களையும் நாட்டார்

தெய்வக் கோவில்களையும் பகுக்க வில்லிசையை அடிப்படை யாகக் கொள்வதை ஆசிரியர் ஏற்றுக்கொள்ளவில்லை.

கலைகள்தாம் கோவில்களைச் சார்ந்து நிற்கும். கோவில் களோ அவற்றின் வழிபாடோ கலைகளை முழுவதும் சார்ந்து அமையா

என்கிறார் (ப. 8). இது பொதுப்படையான கருத்துதான். நாட்டார் தெய்வங்களின் கோவில் கொடை விழாக்களில் மைய நிகழ்வாக 'சாமியாட்டம்' அமையும். குறிப்பிட்ட தெய்வம், குறிப்பிட்ட மனிதனின் மீது இறங்கும் என்பதே சாமியாட்ட நிகழ்வு தொடர்பான நம்பிக்கையாகும். அவ்வமயம் அவரது பேச்சு, செயல் எல்லாமே அக்குறிப்பிட்ட தெய்வத்தின் பேச் சாகவும் செயலாகவும் மக்களால் கருதப்படுகின்றன. நிறுவனச் சமயக் கோவில்களில் சாமியாட்டம் மையநிகழ்வாக இடம் பெறுவதில்லை. வரத்துப்பாடல் பாடப்படுவதும் இல்லை. நிறுவனச் சமயக் கோவில்கள் சிலவற்றில் நிகழும் விழாக் களில் பொழுதுபோக்கு நோக்கில் இடம்பெறும் கலை நிகழ்ச்சி களில் ஒன்றாக வேண்டுமானால் வில்லுப்பாடல் இடம் பெறலாம். மேற்கூறிய சடங்கு சார்ந்த பங்களிப்பு எதுவும் அதற்குக் கிடையாது.

குறிப்பிட்ட சாமியைக் குறிப்பிட்ட மனிதனின் மீது இறங்கச் செய்வதில் வில்லுப்பாடலுக்கு முக்கியப் பங்குண்டு. சாமியை வரவழைப்பதற்காக வில்லிசைக் கலைஞர் பாடுவதை 'வரத்துப் பாடுதல்' என்பர். நாட்டார் தெய்வக் கோவில்களுடன் வில்லுப் பாடல் கொண்டுள்ள சடங்கு சார்ந்த உறவில் இது குறிப்பிடத் தக்க ஒன்று. வில்லுப்பாடல் என்பது நாட்டார் தெய்வக் கோவிலில் மட்டுமே சடங்குடன் பிணைக்கப்பட்டுள்ளது.

திருநெல்வேலி, தூத்துக்குடி, கன்னியாகுமரி மாவட்டங் களின் நாட்டார் கோவில் சார்ந்த மற்றொரு நிகழ்த்துகலை 'மகிடாட்டம்', 'மகுடாட்டம்' என்றழைக்கப்படும் கணியான் ஆட்டம். இம்மாவட்டங்களின் பெரும்பாலான நாட்டார் தெய்வக் கோவில்களில் ஆண்டுதோறும் நிகழும் கொடை விழாவில் இன்றியமையாத சடங்கு போல் இது இடம் பெறுகிறது. 'காப்புக்கட்டல்', 'கைவெட்டு', 'திரளைகொடுத்தல்', 'பேயாட்டம்', 'அம்மன் கூத்து' என்னும் முக்கியச் சடங்கு களில் கணியான் ஆட்டக் குழுவினரின் பங்களிப்பு தவிர்க்க இயலாதது.

கோவில் விழாக்களில் கலைநிகழ்ச்சியாக அல்லாமல் விழாவின் ஒரு கூறாகவும் வழிபாட்டு நிகழ்ச்சிகளில் ஒன்றாகவும் இயங்கும் தன்மையே பிற நாட்டுப்புறக் கலை களிலிருந்து இதன் வேறுபட்ட சிறப்பு அம்சமாக உள்ளது

என்று இந்நிகழ்த்துகலை குறித்துப் பெருமாள் சரியாகவே அவதானித்துள்ளார். இந்த நிகழ்த்துகலையை நேரில் பார்க்காமல், 'ஆணும் பொண்ணுமாக இரண்டு கோமாளிகள் நாட்டுப் புறப் பாடல்களைப் பாடி ஆடுவர். இதை நிகழ்வு எனக் கூற முடியாது' என்று தமது Folklore of Tamilnadu என்னும் நூலில் சோமலெ (1973) தவறாகக் குறிப்பிட்டுள்ளதைச் சுட்டிக்காட்டி மறுக்கும் ஆசிரியர், இக்கலை தொடர்பாக நிகழ்ந்துள்ள ஆய்வுகளையும் வெளியான நூல்கள் மற்றும் கட்டுரைகளையும் அறிமுகப்படுத்துகிறார்.

இக்கலை நிகழும் தளத்தையும் நிகழ்த்தும் கலைஞர்கள் குறித்தும் இது நடைபெறும் முறையையும் வரலாற்றையும் இதில் நிகழ்ந்துள்ள மாற்றங்களையும் விரிவாகக் குறிப்பிட்டு உள்ளார். வில்லிசைப்பாடலின் இடையில் நிகழ்த்தப்படும் உரை விளக்கத்திற்கும் கணியான் ஆட்டத்தின் உரை விளக்கத்திற்கும் இடையிலான வேறுபாட்டையும் ஆசிரியர் விளக்குகிறார். இந் நிகழ்த்துகலையில் முக்கியமாக இடம்பெறும் மகிடம் அல்லது மகுடம் என்றழைக்கப்படும் இசைக்கருவி குறித்தும் அதை உருவாக்கும் முறை குறித்தும் அது அடைந்துள்ள மாறுதல்களையும் குறிப்பிட்டுள்ளார் (ப. 69).

இன்று இந்துத்துவச் செல்வாக்கால் நாட்டார் தெய்வ வழிபாடு சமஸ்கிருதமயமாகித் தன் 'சுயத்தை' இழந்துவருகிறது. நாட்டார் தெய்வ வழிபாட்டில் வட்டார அளவிலும் சாதி அளவிலும் தனித்தனி வழிபாட்டு மரபுகள் உள்ளன. பன்முகத் தன்மை வாய்ந்த இவ்வழிபாட்டு மரபை, ஒற்றை அடையாளத் தன்மைக்குள் அடக்கிப் பொதுமைப்படுத்தும் போக்கு திட்டமிட்டு நடத்தப்பட்டுவருகிறது.

> இந்தப் பொதுமைத் தன்மை எதிர்காலத்தில் சட்ட ரீதியாகச் செயல்பட்டால் அல்லது பரவலாகிவிட்டால் கலைகளின் சடங்குக் கூறுகள் மறைந்துபோக வாய்ப்புண்டு. அதனால் கணியான் ஆட்டமும் வழக்கொழிந்து போகலாம்.

என்று கூறுவது (ப. 77) ஆசிரியரின் தொலைநோக்குடனான ஆய்வுச் சிந்தனையை வெளிப்படுத்துகிறது. மூன்றாம் கட்டுரை 'வில்லிசையை ஒத்து நடக்கும் கலைகள்' என்பதாகும்.

> வில்லிசைக் கலையின் கூறுகளான இசைக் கருவிகள், விளக்கம் கூறுதல், பாடுபொருள், பின்பாட்டுப் பாடுதல், கோவில் விழாக்களில் நிகழ்தல், நாட்டார் தெய்வத்தை வருத்திப்பாடுதல் ஆகியவற்றுள் சிலதை உள்ளடக்கிய வேறு நாட்டார் கலைகளும் உள்ளன. கணியான் ஆட்டம்,

> கட்சிப்பாட்டு, போட்டி வேதக்கதைப் பாடல், கதை வாசிப்பு என்னும் இவற்றுக்கும் வில்லிசைக் கலைக்கும் ஒத்த தன்மைகள் இவற்றை ஒரே வரிசையில் இணைக் கின்றன.

என்று (ப. 89) கட்டுரையின் தலைப்புக்கான விளக்கத்தை ஆசிரியர் குறிப்பிடுகிறார். இக்கலைகளும் இவற்றை நிகழ்த்தும் கலைஞர்களும் வில்லிசையுடனும் வில்லிசைக் கலைஞர் களுடனும் வேறுபடுவதையும் விளக்கியுள்ளார்.

வில்லிசையின் தாக்கம் கிறித்தவத்திற்குள் ஊடுருவி 'போட்டி வேதக் கதைப்பாடல்' என்னும் புதிய கலை வடிவத்தை உருவாக்கியுள்ளதையும் இக்கட்டுரையின் வாயிலாக அறிய முடிகிறது.

நான்காம் கட்டுரை 'கண்ணன் விளையாட்டு'. நிறுவனச் சமயக் கோவில்களில் இது நடைபெற்றாலும் இதை நாட்டார் நிகழ்த்துகலையாகவே ஆசிரியர் கொள்கிறார்.

> இக்கலையை நிகழ்த்தும் முறை, கலைஞர்கள் இதனுடன் கொண்டுள்ள தொடர்பு, நிகழும் இடம், வழிபாட்டுக் கூறு எல்லாமே இதை நாட்டுப்புறக் கலைகளுடன் இணைக் கின்றன.

என்று (ப. 99) இதற்கானக் காரணத்தை ஆசிரியர் விளக்குவது பொருத்தமாக உள்ளது.

இக்கலை முன்னர் நிகழ்ந்த முறையையும் தற்போது நிகழும் முறையையும் ஒப்பிட்டுக்காட்டி, நிகழ்த்துதலில் ஏற்பட்டுள்ள மாறுதல்களை விளக்கியுள்ளார். இறுதியாக,

> கண்ணன் ஆட்டத்தில் பாகவதக் கதையின் நிகழ்ச்சி களை நடத்திக் காட்டல், சைவ வைணவ ஒற்றுமையை வெளிப்படுத்தல், போர்க்கலை புரிதல் ஆகிய மூன்று கூறுகளைக் காண முடிகிறது

எனக் (ப. 108) குறிப்பிடுகிறார்.

நூலின் இறுதிக் கட்டுரை 'களம் எழுத்தும் பாட்டும்'.

> முக்கியத் தெய்வம் இருக்கும் இடத்துக்கு எதிரே உள்ள பரந்த வெளியில் அத்தெய்வத்தின் வடிவத்தை வண்ணப் பொடிகளால் ஓவியமாக வரைவதும் அதைப் போற்றிப் பாடி இறுதியில் அழிப்பதும் 'களம் எழுத்தும் பாட்டும்' எனப்படும்.

என்று இக்கலை குறித்த அறிமுகத்தைக் கட்டுரையின் தொடக் கத்திலேயே ஆசிரியர் குறிப்பிட்டுவிடுகிறார். இந்நிகழ்விற்

கென்றே வரையப்படும் ஓவியத்தில் தெய்வத்தை வருவிப் பதற்காகப் பாடல் பாடப்படுகிறது.

இது குறித்து விரிவாக அறிமுகம் செய்யும் ஆசிரியர் களம் எழுதப் பயன்படுத்தும் வண்ணப்பொடித் தயாரிப்பின் நுட்பத் தையும் விளக்கியுள்ளார். களம் எழுதி அதைக் கலைக்கும் வரையிலான நிகழ்வுகளை நுட்பம் குன்றாமல் ஆசிரியர் எழுதி யுள்ளமை, நேர்முக வர்ணனையாக அமைந்து, நாமே இக் காட்சியைக் காண்பது போன்ற உணர்வை ஏற்படுத்துகின்றது.

நூலாசிரியர் ஆய்வுக்கு எடுத்துக்கொண்டுள்ள நிகழ்த்து கலைகளில், வில்லுப்பாட்டு மட்டுமே சமயம் சாரா கலை வடிவ மாகவும் நிகழ்த்தப்படுகிறது. ஏனையன சமய எல்லைக்குள் மட்டுமே நிகழ்கின்றன. இதற்கு அடிப்படைக் காரணம் மற் றொன்று விரித்தல் என்னும் உத்தியை வில்லுப்பாடல் பயன் படுத்திவருவதாகும்.

வில்லுப்பாடல் நிகழ்த்தப்படும் காலத்திற்குத் தொடர் பில்லாத பழமரபுக் கதைகளையும் புராணக்கதைகளையும் நிகழ்த்தும்போது நிகழ்காலம் குறித்த தமது விமர்சனங் களையும் வில்லிசைக் கலைஞர்கள் இணைத்துவிடுகின்றனர். இது அவர்கள் பின்பற்றும் பனுவலில் எழுத்து வடிவில் நிலை யாக இடம்பெறுவதில்லை. தேவைக்கேற்ப அவ்வப்போது பொருத்தமான முறையில் தம் விமர்சனங்களை மற்றொன்று விரித்தலாக நிகழ்த்துதலின்போது நுழைத்துவிடுகின்றனர்.

சான்றாக 'முத்துப்பட்டன் கதை' என்னும் வில்லுப்பாடல் நிகழ்த்துதலின்போது இடம்பெற்றுள்ள செய்தியொன்றைக் குறிப்பிடலாம்.

முத்துப்பட்டனுக்குக் கல்வியறிவு புகட்டுவதற்காக 'நல்ல தொரு வாத்தியாரை வரவழைத்து' என்று தலைமைப் பாடகர் கூறியதும், முனைவர் நா. இராமச்சந்திரன் பதிவுசெய்து உருவாக்கிய பனுவலில், அவருக்கும் துணைப் பாடகருக்கும் இடையில் பின்வருமாறு உரையாடல் நிகழ்கிறது.

பி.பா : எப்படி?

தலை : நல்லதொரு வாத்தியார்

பி.பா : நல்ல வாத்தியாரா? அப்ப கெட்ட வாத்தியாரு உண்டோ? (சிரிப்பு)

தலை : கெட்ட வாத்தியாருதான் ஊருக்கு ஒண்ணு ரெண்டு ஒங்கள மாதிரி இருப்பாங்களே.

பி.பா : என்ன மாதிரியா? (சிரிப்பு)

தலை : ஆமா.

பி.பா : நான் எந்த விதத்தில் கெட்ட வாத்தியாரு?

தலை : நானே சொல்ல முடியுமா?

பி.பா : ஒரு நாள் ஒரு பொழுதாவது பள்ளிக்கூடத்தில போயி வகுப்பு நேரத்தில் பையன்களுக்குப் பாடஞ் சொல்லிக் கொடுக்காமப் பெஞ்சில் படுத்துத் தூங்கினதா சொல்ல முடியுமா?

தலை : கெடையாதய்யா.

பி.பா : கெடையவே கெடையாது. வேணுன்னா சில வேளை உக்காந்து தூங்கியிருப்பேன். (சிரிப்பு)

தலை : அதனாலதான் சொன்னேன் ஒங்கள மாதிரிப் பட்ட வாத்தியாரு. ஆனால் அந்த முத்துப்பட் டனுக்கு நல்ல வாத்தியாரு.

இவ்வுரையாடலை அடுத்துக் கதை நிகழும் கடந்த காலத் துக்கு ஆசிரியர் கதையை நடத்திச் சென்றுவிடுகிறார். ஒரு விற்பாட்டுக் கதையை ஒரு கிராமத்தில் வாழும் முதியவரும் தம் பத்தாம் வயதில் கேட்கத் தொடங்கினால் தம் முதுமை யிலும் தொடர்ச்சியாகக் கேட்டுக்கொண்டே இருப்பார். சலிப் பின்றி இக்கதையை அவர் கேட்கும்படி செய்வது இத்தகைய மற்றொன்று விரித்தல் உத்திதான். இது சமூக விமர்சனமாக வும் அமைந்துவிடுகிறது. இவ்வுத்தி இடம்பெற வாய்ப்பில்லாத போதும் அல்லது பயன்படுத்தாதபோதும் நிகழ்த்துகலை கள் தேக்கநிலையை அடைவதைத் தவிர்க்க முடியாது.

ஒருபக்கம் நாட்டார் நிகழ்த்துகலைகளை அழிய விடாமல் இன்றளவும் பாதுகாக்கும் பணியைக் கோவில் சடங்குகள் செய்துவருகின்றன. மற்றொரு பக்கம் அவற்றை யந்திரகதியிலான நிகழ்த்துதலாக்கி வளர்ச்சியும் மாறுதல்களும் உருவாகாமல் தடுத்துத் தேக்கநிலையில் வைத்துள்ளன. இதைத்தான் 'சடங்கில் கரைந்த கலைகள்' என்கிறார் நூலாசிரியர்.

ஆழமான கள ஆய்வு, கிடைத்த தரவுகளை முறைப் படுத்துதல், கலைஞர்கள்மீதான பரிவுணர்வு, சமூகமாறுதல் கள் இக்கலைஞர்களின் மீது ஏற்படுத்தியுள்ள தாக்கம் குறித்த பதிவுகள், பொருத்தமான முறையில் இடம்பெறும் நூற்செய்தி கள் ஆகியன இந்நூலின் சிறப்புக்குத் துணைநிற்கின்றன.

பேராசிரியராகப் பணியாற்றும்போது தொடங்கி, தனக் கென ஓர் அறிவுப் புலத்தைத் தேர்ந்தெடுத்துக்கொண்டவர்

முனைவர் அ.கா. பெருமாள். ஓய்வுபெற்ற பிறகும் அதில் இடைவிடாது பயணித்து வருபவர். கன்னியாகுமரி மாவட்டத்தின் வரலாறு, இலக்கியம், நாட்டார் வழக்காறு எனத் தன் சொந்த மாவட்டத்தின் அறிவுச் செல்வங்களை ஆரவாரமின்றி இடைவிடாது ஆராய்ந்து வெளிக்கொணர்ந்துவருபவர். அதன் ஒரு பகுதியாக இந்நூலும் அமைந்துள்ளது.

தமிழ்நாட்டின் வட்டார வரலாற்றை முறையாக வெளிக்கொணர இத்தகைய முயற்சிகள்தாம் துணைநிற்கும். தமிழ் நாட்டின் சமூகப் பண்பாட்டு வரலாற்றை முழுமையாக எழுத இவை புறக்கணிக்க இயலாத ஆவணங்களாக அமையும்.

முனைவர் அ.கா. பெருமாள் பணி தொடர வாழ்த்துகள்.

ஆ. சிவசுப்பிரமணியன்
'பாரதி'
2/36 – அ, மூன்றாம் குறுக்குத் தெரு
தபால் தந்திக் குடியிருப்பு (மேற்கு)
தூத்துக்குடி 628 008

1

வில்லுப்பாட்டு

வில் ஆயுதத்தைப் போன்ற வடிவமுள்ள இசைக் கருவியின் உதவியுடன் நாட்டுப்புறத் தெய்வக் கோவில்களில் நடத்தப்படும் கலை வில்லுப்பாட்டு. பொதுவாகப் பாட்டு, விளக்கம், பின்னணி இசைக் கருவிகளின் இயக்கம் என்னும் முறையில் இது நிகழ்த்தப் படுகிறது. துணைக்கலைஞர்கள் இசைக் கருவிகளை மீட்டுவதும் முக்கியப் பாட்டுக்காரருக்கேற்பப் பின் பாட்டுப் பாடுவதும் இதன் சிறப்பம்சங்கள்.

வில்லுப்பாட்டைக் கிராம மக்கள் வில்லடி, வில்லடிச்சான் பாட்டு, வில்லுப்பாட்டு எனப் பல பெயர்களில் அழைக் கின்றனர். வில்லிசைக் கலை என்னும் பெயர் படித்தவர் களால் புனையப்பட்டது. "வில்லடிச்சான் கோவிலிலே வெளக்கு வைக்க நேரமில்லே" என்பது வழக்காறு. இங்கு 'வில்லடிச்சான் கோவில்' எனக் குறிப்பிடப்படுவது நாட்டுப்புறத் தெய்வக் கோவிலை; 'வில்' என்பது வில்லுப் பாட்டுக் கலையை.[1]

வில்லுப்பாட்டு நிகழ்ச்சி முடியப்போவதற்கு அடையாள மாகப் பாடுவதை 'வாழிபாடுதல்' என்பர். இந்தச் சொற்றொடருக்கு ஒட்டுமொத்தச் சொத்தும் அழிந்து விட்டது என்னும் பொருளும் நடைமுறையில் உள்ளது.

வில்லுப்பாட்டுக் கலை உருவானது குறித்து இந்தக் கலைஞர்களிடம் சில கருத்தாக்கங்கள் உள்ளன. சில ஆராய்ச்சியாளர்களும் அவற்றை ஒத்துக்கொள் கின்றனர். போர் ஆயுதமான வில், இசைக் கருவியாக மாற்றப்பட்டது. போர்வீரர்கள் ஓய்வாக இருந்தபோது தங்கள் களைப்பைப் போக்கிக்கொள்வதற்குப் பாடினார் கள். சிலர் கையிலிருந்த வில் ஆயுதத்தின் நாணை அடித் தார்கள். இது பிற்காலத்தில் வில்லிசைக் கருவியாயிற்று

என்பது இவர்களின் கருத்து. [சுப்பு ஆறுமுகம் (1969) பக். 5, சோமலெ (1965) பக். 166, தி. கோமதிநாயகம் (1969) பக். 74–75.]

போர் ஆயுதமான வில்லும் வில்லுப்பாட்டுக்குரிய வில் இசைக் கருவியும் அமைப்பில் ஒன்றாக இருப்பது, ஒரே பெயரைப் பெற்றிருப்பது ஆகிய இரண்டுமே இந்த முடிவுகளுக்குக் காரண மாகிவிட்டன. புல்லாங்குழல், மத்தளம் போன்ற இசைக் கருவிகளின் உருவாக்கத்திற்கு இயற்கையின் சில நிகழ்வுகள் காரணமாக்கப்படுவதைப் போலத்தான் இதுவும். என்றாலும் வில்லுப்பாட்டின் தோற்றம் குறித்த இலக்கியச் சான்றுகளோ வேறு ஆதாரங்களோ கிடைக்காத நிலையில் போர் ஆயுதமான வில்லே இசைக் கருவியாக மாறியது என்று சொல்லிக் கொள்ளலாம்.[2]

வில்லுப்பாட்டுக் கலையை உருவாக்கியவர் கி.பி. 15ஆம் நூற்றாண்டில் வாழ்ந்த அரசப் புலவர் எனச் சோமலெ குறிப்பிடு கிறார் [(1965) பக். 184.] கதைப்பாடல்கள் பற்றிய தன் ஆங்கில நூலில் வில்லுப்பாட்டுக் கலையை உருவாக்கியவர் அருதக் குட்டிப் புலவர் என்கிறார் அருணாசலம் [Arunachalam (1976), p. 207].

வில்லுப்பாட்டுக் கலை வழக்கில் உள்ள தென்மாவட்டங் களில் கிடைத்த வில்லிசைப் பாடல்களில் அதை உருவாக்கி யவர் எனக் குறிப்பிட்டுச் சொல்லும் செய்திகள் எவையும் இல்லை. மேலும் அருதக்குட்டிப் புலவர், அரசப் புலவர் என்னும் பெயர்களைத் திருநெல்வேலி, தூத்துக்குடி, கன்னியாகுமரி மாவட்டங்களில் வாழ்கின்ற மூத்த வில்லுப்பாட்டுக் கலைஞர் கள் அறிந்துவைத்திருக்கவும் இல்லை. இதனால் சோமலெயும் அருணாசலமும் கூறும் கருத்துகள் பரிசீலனைக்குரியவை.

வில்லுப்பாட்டைப் பற்றி ஆராய்ந்தவர்கள், ஆரம்பகால இலக்கியங்களில் இக்கலை பற்றிய செய்திகள் வருவதைக் குறிப்பிட்டு இதன் பழமையை உறுதிப்படுத்துகின்றனர். பெரும் பாணாற்றுப்படையில் வரும்

... ... குமிழின்
பழற்கோட்டுத் தொடுத்த மரற்புரி நரம்பின்
வில் யாழிசைக்கும் விரலெறி குறிஞ்சி

வரிகளுக்குக் குமழ மரவில்லில், மர நாராலான நாணைக் கட்டிக் கடியலூர் உருத்திரங்கண்ணனார் குறிஞ்சிப் பண் பாடினார் எனப் பொருள் கொண்டு வில்லுப்பாட்டு சங்க காலத்தில் இருந்திருக்கிறது என்கின்றனர் [கோமதிநாயகம் (1969) பக். 5].

கம்பனின் "கருமணி நெடியவர் வெஞ்சிலை கணகண கணகண எனுந் தொறும்" என்னும் வரிகளுக்கு இராமனின் வில்லில் மணிகள் கட்டப்பட்டிருந்தன எனப் பொருள் கொண்டு இது வில்லுப்பாட்டை நினைவுபடுத்தும் எனக் காரணம் கற்பிக்கிறார் சண்முகம் பிள்ளை (1975).

பாணர் கைவழியாழ் என்னும் நூலில் கள்ளிக்கோட்டைக்கு அருகே பெருந்தல் மன்னை என்னும் சிற்றூரை அடுத்துள்ள காட்டில் மாடுமேய்த்துக்கொண்டு பிச்சை எடுத்து வாழும் புள்ளுவர் என்பவர்கள் தம் கையில் உள்ள ஒருவகை யாழை இசைத்தவாறு தம் மிடற்றாலும் பாடுகின்றனர் என்றும் இது வில்பாட்டு என்று அழைக்கப்படுவதாகவும் இப்பாட்டில் எழுபது விழுக்காடு தமிழ்ச் சொற்கள் இருக்கின்றன என்றும் வரகுண பாண்டியன் கூறும் கருத்தைக் கோமதிநாயகம் மேற்கோள்காட்டுகிறார் (பக். 5).

வில் என்னும் இசைக் கருவியைப் போர் ஆயுதமான வில்லுக்கு ஒப்பிட்டதும் வில் ஆயுதத்துடன் வில்லிசை நாணை ஒப்பிட்டதுமான செய்திகள் இக்கலையை 2000 ஆண்டுகளுக்கு முற்பட்டதாகக் காட்டப் பயன்பட்டாலும், வில்லிசைக் கருவி என நாம் இன்று எதை உணர்வுபூர்வமாகக் கருதுகிறோமோ அதையே இப்பழைய சான்றுகள் காட்டுகின்றன என உறுதியாகக் கூற முடியவில்லை. எல்லா நரம்பிசைக் கருவிகளின் தோற்றத்திற்கும் வில்நாணைப் பொதுவாகக் குறிப்பிடுவது போலத்தான் இதுவும் என்று எடுத்துக்கொள்ளலாம்.

வில்லுப்பாட்டுக் கலை பற்றிய தகவலை *முக்கூடற்பள்ளும் விறலி விடுதூதும்*தாம் முதலில் தருகின்றன. *முக்கூடற்பள்ளு* நூலில் வரும் மூத்த பள்ளி பள்ளனைக் குறித்துப் பண்ணைக் காரனிடம் முறையிடும்போது,

> ... ... புதியவன்
> ஊட்டுக்கும் குறித்தான் வில்லடிப்
> பாட்டுக்கும் பொறித்தான்

என்றும்

> ஆருக்கும் பணியான் – சீவலப்
> பேரிக்குள் கணியான் – வில்லென்றும்
> அரிப்பிட்டுப் போட்டான் – பள்வரி
> தெரிப்பிட்டுக் கேட்டான்

என்றும் கூறுகிறாள் [சேது ரகுநாதன் (1970) பக். 115].

அதிரூபரத்தினம் என்னும் தாசியும் அவள் தாயும் நடனலிங்கப்பட்டனின் செல்வத்தைச் சீரழித்த கதையைத் தெய்வச்சிலையார் *விறலி விடுதூது*,

மாடனென்ற தேவதைக்கு வைச்சு வணங்குவானாம்
ஆடுபன்றி கோழி இவை அல்லாமல் பாடுகின்ற
வில்லாம் முரசாம் கைவெட்டுக் கணியானாம்
எல்லா வகைக்கும் எழுபது பொன் செல்லுமென்று

எனக் குறிப்பிடுகிறது (*வையாபுரிப் பிள்ளை, குமாரசாமி அவதானியார் விறலி விடுதூது*, பக். 32). இவ்விரு நூல்களிலும் வில்லுப்பாட்டு நாட்டுப்புறத் தெய்வக் கோவில்களில் நடந்ததாகவே காட்டப்படுகிறது.

கவிமணியின் *மருமக்கள்வழி மான்மியம்* நூலில் வரும் காரணவர் மருமகனிடம் தனக்கு ஏற்பட்ட செலவை விவரிக்கும் போது,

ஆண்டுதோறும் ஆலடி மாடன்
கொடைக்கு ரூபாய் கொஞ்சமா செல்லும்
போன கொடைக்குப் புதிதாய் வந்த வில்லுக்காரி
வீரம்மைக்கு

நாலு சேலையும் நாற்பதும்
கொடுத்தது

என்கிறார்.

மான்மியம் 1916ஆம் ஆண்டளவில் *தமிழன்* பத்திரிகையில் வெளிவந்தது. இதனால் அக்காலத்திலேயே வில்லுப் பாட்டுக் கலைஞர்கள் கணிசமான சம்பளம் (1916இல் ரூ. 40) பெற்றே கலை நிகழ்த்தியிருக்கின்றனர் எனத் தெரிகிறது.

வில்லுப்பாட்டு என்னும் கலையின் பழமையை அறியச் சரியான சான்றுகள் 17ஆம் நூற்றாண்டிலிருந்துதான் கிடைக்கின்றன. சிற்றிலக்கிய வகையான *முக்கூடற்பள்ளு* வில்லடிப் பாட்டு எனக் குறிப்பிடுவதால், இந்நூல் எழுதப்பட்ட 1676 – 1682 காலகட்டத்தில் இக்கலை சாதாரண மக்களிடம் பேசப்பட்டது என்று கொள்ளலாம்.

பதினாறாம் நூற்றாண்டின் நடுப்பகுதியில் உள்ள *முக்கூடற்பள்ளில்* "பாடுகின்ற வில்லாம்" என வில்லுப்பாட்டு குறிக்கப்படுகிறது. இந்நூலில் நாட்டுப்புறத் தெய்வங்களின் விழாக்களில் மட்டுமன்றித் தனிப்பட்டவர்கள் நடத்தும் விழாக்களிலும் வில்லுப்பாட்டு நிகழ்த்தப்பட்டதாகக் குறிப்பு வருகிறது. [சேது ரகுநாதன் (1970) ப. 115]. இதனால் இக்கலை பதினாறாம் நூற்றாண்டில் வழக்கில் இருந்ததாகக் கருதலாம்.

தமிழகத்தின் தென்பகுதியில் 16ஆம் நூற்றாண்டில் பாண்டியர் பரம்பரையினர் என்று தம்மைச் சொல்லிக் கொண்டு ஆண்ட சிற்றரசர்களின் காலத்தில் தமிழில் புராணங்

கள் வேகமாக அறிமுகமாயின. [அவிநாசிலிங்கம் (1968) கலைக் களஞ்சியம், தொ. 6, பக். 436]. கதைப்பாடல்களில் புராணத் தன்மை ஏற்றப்பட்ட காலமும் இதுதான் [Arunachalam, (1976) p. 54]. நாட்டுப்புறத் தெய்வங்களின் மேல் புராணத் தன்மை ஏற்றப்பட்டுப் பரவலானதும் இக்காலம்தான். இதை ஒட்டியே வில்லுப்பாடல்களின் மூலவடிவங்கள் புனையப் பட்டதாகவும் கொள்ளலாம். இதைப் பிற அறிஞர்களும் ஒத்துக் கொள்கின்றனர் [Blackburn (1980) p. 86].

வில்லுப்பாட்டுக் கலை கன்னியாகுமரி, திருநெல்வேலி, தூத்துக்குடி மாவட்டங்களிலும் விருதுநகர் மாவட்டத்தின் சில பகுதிகளிலும் நிகழ்த்தப்படுகிறது. கேரளத்தில் திருவனந்த புரம், களக்கூட்டம், நெடுமங்காடு, கொல்லம் ஆகிய இடங் களில் தமிழர்கள் வாழ்கின்ற பகுதிகளில் உள்ள நாட்டுப்புறத் தெய்வக் கோவில் விழாக்களிலும் நடக்கிறது. தெய்வ விழா அல்லாத பொதுமேடைகளிலும் இக்கலை நிகழ்வதால் தமிழகத் தில் பரவலாக நடக்கும் கலையாகவும் இதைக் கணக்கில் எடுத்துக்கொள்ளலாம்.

வில்லுப்பாட்டுக் கலையின் தாயகமாகத் திருநெல்வேலி, கன்னியாகுமரி மாவட்டங்களைக் கொள்வது மரபு. இக்கலை குறித்து விரிவாக ஆராய்ந்த ஸ்டுவேர்டு பிளாக்பர்ன் இது திருநெல்வேலி மாவட்டத்திலிருந்து நாஞ்சில் நாட்டிற்கு வந்தது என்கிறார். நாடார் சாதியினர் திருநெல்வேலி மாவட்டத் திலிருந்து நாஞ்சில்நாட்டிற்குப் பல்வேறு காலகட்டங் களில் குடிபெயர்ந்தபோது இக்கலை வந்திருக்க வேண்டும் என்பது அவர் கருத்து (1980, பக். 86). ஆனால் இதற்கு ஆதாரபூர்வமாக சான்றுகளை அவர் தரவில்லை.

திருநெல்வேலி, கன்னியாகுமரி ஆகிய இரு மாவட்டங் களிலும் வில்லுப்பாட்டுக்குரிய கதைப்பாடல்கள் கணிசமான அளவில் கிடைத்துள்ளன என்றாலும், திருநெல்வேலி மாவட்டக் கிராமங்களிலேயே அதிக எண்ணிக்கையில் கதைப்பாடல்கள் கிடைத்துள்ளன.

இன்று கிடைக்கின்ற வில்லுப்பாட்டுக் கதைப்பாடல் களின் கதைக்களம் பெரும்பாலும் திருநெல்வேலிப் பகுதியாய் இருப்பது நாஞ்சில்நாட்டில் கிடைக்கின்ற கதைப்பாடல்களில் பல திருநெல்வேலிக் கிராமங்களைக் களமாகக் கொண்டிருப்பது வில்லுப்பாட்டுக்குரிய கலையையே பாடுபொருளாகக் கொண்ட கணியான் ஆட்டக்கலையை நிகழ்த்தும் கலைஞர்கள் எல்லோருமே திருநெல்வேலி, தூத்துக்குடி மாவட்டங்களில் வாழ்வது போன்ற காரணங்களையும் இணைத்துப் பார்க்கின்ற

போது வில்லுப்பாட்டின் தாயகம் திருநெல்வேலி மாவட்டம் என்று பிளாக்பர்ன் கூறுவது சரிதான்.

கன்னியாகுமரி மாவட்டத்தில் கிடைத்த *திவான் வெற்றி* என்னும் வில்லிசைக் கதை 18ஆம் நூற்றாண்டில் எழுதப் பட்டது. திப்பு சுல்தான் திருவிதாங்கூரில் படை நடத்திய போது, அதை எதிர்கொண்ட ராஜாகேசவதாஸ் என்னும் திவானைப் பற்றியது இந்தக் கதை. இதனால் 18ஆம் நூற்றாண்டில் வில்லுப்பாட்டு பரவலாக நடைமுறையில் இருந்திருக்க வேண்டும்.

வெங்கல ராஜன் கதை என்னும் வில்லுப்பாட்டு எழுதப் பட்ட காலம் 1703 என்பது நிறுவப்பட்டுள்ளது [பெருமாள், (1987) பக். 80]. இக்கதையின் நிகழ்ச்சிகள் நாஞ்சில்நாட்டுடன் தொடர்புடையவை. இது நாடார் சமூகத்துப் பத்திரகாளி கோவிலில் பாடுவதற்காகவே எழுதப்பட்டது. வாய்மொழிச் செய்திகளின் அடிப்படையில் பார்த்தால், *வெங்கல ராஜன் கதை*, வில்லுப்பாட்டு நிகழ்ச்சிக்காகவே எழுதப்பட்டிருக்கிறது. இதனால் 17ஆம் நூற்றாண்டிற்கு முன்பே வில்லுப்பாட்டு நாடார் சாதியினர்வழி நாஞ்சில்நாட்டுக்கு வந்திருக்க வேண்டும்.

டாக்டர் கால்டுவெல்தான் வில்லுப்பாட்டு பற்றிப் பதிவு செய்த முதல் வெளிநாட்டுக்காரர். 1852 அளவில் நாட்டுப்புறக் கோவிலில் நடந்த வில்லுப்பாட்டு நிகழ்ச்சியைப் பார்த்த அனுபவத்தை மொழியியல் அறிஞரான கால்டுவெல் *Nadars of Tamilnadu* என்னும் தடைசெய்யப்பட்டிருந்த தன் நூலில் குறிப்பிடுவதைப் பிளாக்பர்ன் மேற்கோள்காட்டுகிறார். அதன் பகுதி பின்வருமாறு:

> பேய்த் தெய்வக் கோவில்களில் முக்கியமாகப் பயன் படுத்தப்படும் இசைக் கருவிகள் அல்லது ஒலி எழுப்பப் பயன்படுத்தப்படும் கருவிகள் அசாதாரணமானவை. இந்திய நாட்டில் பொதுவாக எங்கும் காணப்படும் மத்தளத்தையும் கொம்பு என்னும் இசைக் கருவியையும் கிளாரினெட் போன்ற ஒரு வாத்தியத்தையும் ஒலி எழுப்பப் பயன்படுத்துகின்றனர். கிளாரினெட் போன்ற அந்த வாத்தியம் பயன்படுத்துகின்றவரின் வசதியைப் பொறுத்து இசைக்கப்படுகிறது. இவ்விசைக் கருவிகளில் பெருமளவு ஒலி எழுப்பும் இசைக் கருவி 'வில்' என அழைக்கப் படுகிறது.

> ஒரு பெரிய வில்லில் பல்வேறுபட்ட வடிவமுள்ள மணி களைக் கோத்துக் கட்டியிருக்கின்றனர். அதில் நீண்ட கம்பி கட்டப்பட்டிருக்கும். இந்தக் கம்பியை அடிக்கும்

பொழுது அபாரமான ஒலி கிளம்புகிறது. வில் பெரிய பானையின் மேல் வைக்கப்பட்டிருக்கும். அதன் கம்பியை ஒருவர் அடிப்பார். அவருக்குப் பக்கத்தில் அமர்ந்திருப் பவர் பானையின் வாய்ப் பகுதியை அடிப்பார். மூன்றாம் ஆள் வில்லடிப்பவரின் பாட்டுக்கேற்றவாறும் அடி பிசகாத தாளத்துக்கேற்றவாறும் ஒரு ஜோடிச் சிங்கியை அடிக்கிறார். ஒவ்வொரு கலைஞரும் தம் வேலையைச் செவ்வனே செய்கிறார். அதனால் அடுத்தவரைவிட வேகமாகச் செயல்பட வேண்டும் என்னும் எண்ணம் அவர்களுக்கிடையே உள்ளது. தாளத்துக்கேற்ப அவ்வொலி அமைய வேண்டும் என்னும் உந்துதல் அவர்களைச் செயல்படவைக்கிறது. இதனால் அந்தக் கலைஞர்கள் எழுப்பும் கூட்டு ஒலி வேகமாகக் கிளம்பி அந்தப் பேயின் காதுகளுக்குக்கூட மகிழ்ச்சியை அளித் திருக்க வேண்டும். *[Blackburn, (1988) p. 2].*

கால்டுவெல்லைப் போலவே வேறு புராட்டஸ்டென்ட் மிஷனரிகளும் நாட்டுப்புறத் தெய்வங்களைப் 'பேய்த் தெய்வங்கள்' என்றே பதிவுசெய்துள்ளனர். பெருநெறி சாராத வழிபாட்டு முறைகள் எல்லாவற்றையும் இந்த மிஷனரிகள் பேய்த்தெய்வ வழிபாடாகவே குறிப்பிடுவதால் இவை தொடர்பான நாட்டுப் புறக் கலைகளையும் சடங்கு சார்ந்த நிகழ்ச்சிகளையும் ஏளன மாகத்தான் இவர்கள் பதிவுசெய்திருக்கிறார்கள்.

திருவிதாங்கூர் வரலாற்றைத் தொடக்க காலத்தில் எழுதிய சாமுவெல் மேட்டீர் என்பவர் 19ஆம் நூற்றாண்டில் தாம் கண்ட நாட்டுப்புறக் கோவில் விழாவையும் வில்லுப்பாட்டைப் பற்றியும் கூறுகிறார் *[Samuel Matter, 1/e, (1883) p. 200].*

இருபதாம் நூற்றாண்டின் ஆரம்பத்தில் திருவனந்த புரத்தில் கேரள சொசைட்டி வரலாற்றாய்வு ஆய்வரங்கில் வில்லுப்பாட்டுகளைத் தென்திருவிதாங்கூர் வரலாற்றுச் சான்றுகளாக எடுத்துக்கொள்ள வேண்டும் என்னும் கருத்து முன்வைக்கப்பட்டது. இந்த ஆய்வரங்கில் கவிமணி இரண்டு கட்டுரைகளைப் படித்திருக்கிறார். இவை *Kerala Society Papers* தாளிகையில் வெளிவந்துள்ளன.

இவற்றில் *A Contemporary. Tamil Song at A.D. 1794 Raja Kesava Das* என்னும் கட்டுரை *திவான் வெற்றி*யின் மூல ஓலை அடிப்படையில் எழுதப்பட்டது. இன்னொரு கட்டுரை யான *Tradition from Valliyur (Series 6, p. 316 – 318)* திருநெல்வேலி மாவட்டம் வள்ளியூரை ஆண்ட குலசேகரப் பாண்டியன் என்னும் சிற்றரசனின் வரலாற்றைக் கூறும் வில்லுப்பாட்டு பற்றியது.

குலசேகரப் பாண்டியனை நாஞ்சில்நாட்டில் வழிபடுவோர் உண்டு. இவனைப் பற்றிய வில்லுப்பாட்டின் ஏட்டுப் பிரதி அடிப்படையிலும் வள்ளியூர், டோனாவூர் போன்ற இடங்களில் நடத்திய கள ஆய்வின் அடிப்படையிலும் இந்தக் கட்டுரையை எழுதியிருக்கிறார் கவிமணி. இந்த இரண்டு கட்டுரைகளும் 1911ஆம் ஆண்டுக்கு முற்பட்டவை.

கவிமணி 1930 அளவில் நாஞ்சில்நாட்டுத் தாழக்குடியில் உள்ள *மூன்று முகம் கொண்டாள் அம்மன்* வில்லிசைப் பாடலைப் பிரதிசெய்து ஆராய்ந்து எழுத ஆரம்பித்தார். ஆனால் அந்த வேலை பாதியிலே நின்றுவிட்டது.

நீதிபதி எஸ். மகராஜன் 1940 அளவில் திருச்சி அகில இந்திய வானொலியில் வில்லுப்பாட்டு என்னும் தலைப்பில் நிகழ்த்திய உரை 1974ஆம் ஆண்டில் வெளிவந்த ஒலிச்செல்வம் தொகுப்பில் சேர்க்கப்பட்டுள்ளது. சதாவதானி செய்குத்தம்பிப் பாவலரின் மகன் கே.பி.எஸ். ஹமீது Tamil Culture இதழில் (Vol. 5, No. 4, July 1956) Bowsong: A Folk Art from South Travancore என்னும் தலைப்பில் ஒரு கட்டுரை எழுதினார். இவர் வில்லுப் பாட்டு பற்றி எம்.லிட். பட்டத்திற்காகக் கேரளப் பல்கலைக் கழகத்தில் மேற்கொண்ட ஆய்வின் ஒரு பகுதியே அக்கட்டுரை.

அருணாசலக் கவுண்டர் (1968) வில்லுப்பாட்டு தொடர் பாகக் கலைக்களஞ்சியத்தில் (தொகுதி 6) எழுதிய கட்டுரை, *தமிழ் வட்டம்* மலரில் கா. பா. பிச்சைக்குட்டி (1969) எழுதிய கட்டுரை, சோமலெயின் *திருநெல்வேலி மாவட்டம்* (1956), என்னும் நூலில் உள்ள குறிப்புகள் இவரது *தமிழ் மக்களின் மரபும் பண்பாடும்* (1979) என்னும் நூலில் உள்ள குறிப்புகள், பத்தாம் கருத்தரங்க ஆய்வுக்கோவையில் உள்ள ஷீலா ஆசிர் வாதத்தின் கட்டுரை [Villupattu: A Form of Folk Ballad (1978)], சண்முகம் பிள்ளையின் *சிற்றிலக்கிய வகைகள்* (1982) நூலில் உள்ள கட்டுரை, வில்லுப்பாட்டு பற்றிப் பேரா. நா. வானமாமலை விரிவாக ஆராய்ந்து எழுதிய பல கட்டுரைகள் இவ்வகையில் குறிப்பிடத்தகுந்தவை.

பிளாக்பர்ன் 1977 முதல் 1979 முடிய நாஞ்சில்நாட்டு நாட்டுப்புறக் கோவில் விழாக்களில் நிகழ்ந்த வில்லுப்பாட்டு நிகழ்ச்சிகளைக் கண்டு செய்திகளைத் திரட்டியிருக்கிறார். அவற்றின் அடிப்படையில் Performance as Paradigm: The Tamil Bow Song Tradition என்னும் தலைப்பில் முனைவர் பட்ட ஆய்வேட்டைக் கலிபோர்னியா பல்கலைக்கழகத்திற்குச் சமர்ப் பித்தார். இவரது ஆய்வுச் செய்திகளின் சுருக்கத்தை Singing of Birth and Death (1988) என்னும் தலைப்பில் புத்தகமாகவும் வெளியிட்டுள்ளார்.

பிளாக்பர்ன் வில்லுப்பாட்டுகளின் மூலங்களையும் நிகழ் கலைப் பனுவல்களையும் ஒப்பிட்டு ஆராய்ந்திருக்கிறார். இந்த நிகழ்கலையும் வாய்மொழி மரபில் அடங்கும் வில்லிசைப் பாடல்களும் கோவில் விழா வழிபாட்டுக் கூறுகளுடன் தொடர்புடையன என்பது அவரது முடிவு. இவர் ஐரோப்பிய மானிடவியல் கொள்கைகளை வில்லுப்பாட்டுக் கலையுடன் பொருத்தி ஆராய்ந்துள்ளார். இன்றைய நிலையில் இந்த ஆய்வில் சில சிக்கல்கள் இருப்பதைப் பார்க்க முடிகிறது.

அ.கா. பெருமாள் நாஞ்சில் நாட்டு வில்லுப்பாட்டு பற்றிய தன் முனைவர் பட்ட ஆய்வேட்டை 1987இல் மதுரைக் காமராசர் பல்கலைக்கழகத்திற்குச் சமர்ப்பித்தார். இவர் 42 வில்லிசைப் பாடல்களை ஆராய்ந்திருக்கிறார். வில்லுப்பாட்டுக் கதைகளின் பதிப்பு பற்றியும் விரிவானதொரு கட்டுரை எழுதியுள்ளார். இது *தெய்வங்கள் முளைக்கும் நிலம்* (2005) நூலில் உள்ளது.

பாளையங்கோட்டைத் தூய சவேரியார் கல்லூரி நாட்டார் வழக்காற்றியல் துறைப் பேராசிரியர் நா.இராமச்சந்திரன் வில்லுப்பாட்டுப் பாடல்களின் சமூக உறவு பற்றிய தன் முனைவர் பட்ட ஆய்வேட்டை மதுரைக் காமராசர் பல்கலைக் கழகத்திற்குச் சமர்ப்பித்தார் (1988). இந்த ஆய்வு *கொலையில் உதித்த தெய்வங்கள்* (2005) என்னும் தலைப்பில் நூலாகவும் வெளிவந்துள்ளது. இவை தவிர வில்லுப்பாட்டு தொடர்பாக எம்.ஃபில், பிஎச்.டி. பட்ட ஆய்வேடுகள் சிலவும் வந்துள்ளன.

வில்லுப்பாட்டு கோவில் சார்ந்த கலை. சுடலைமாடன், முத்தாரம்மன் போன்ற முக்கியமான நாட்டுப்புறத் தெய்வக் கோவில்களில் கட்டாய நிகழ்ச்சியாக இது நிகழ்கிறது. வில்லுப் பாட்டு நிகழாமல் இருப்பதற்குக் கோவிலின் பொருளாதார நிலையைத்தான் பெரும்பாலும் காரணமாகக் கூறுகின்றனர்.

திருநெல்வேலி, தூத்துக்குடி மாவட்டப் பகுதிகளில் நாட்டுப் புறத் தெய்வக் கோவில்களின் விழா மார்ச் முதல் ஜூன்வரை நிகழும். சில இடங்களில் ஜனவரி மாதத்தில் நடக்கும். கன்னியா குமரி மாவட்டத்தில் அக்டோபர் முதல் மார்ச்வரையில் நடைபெறும். அபூர்வமாக ஜனவரியிலும் நடத்தப்படும். இக் காலங்களில் வில்லுப்பாட்டும் நிகழும்.

பொதுவாக அம்மன் கோவில்களில் திங்கள், செவ்வாய், புதன்கிழமைகளிலும் மாடன் கோவில்களில் வியாழன், வெள்ளி, சனி ஆகிய நாட்களிலும் கொடைவிழா நடக்கும். இதில் விதிவிலக்கு இருக்கலாம். பொதுவாக ஒன்று அல்லது மூன்று நாள் நிகழ்ச்சியாக வில்லுப்பாட்டு நடைபெறும். இது கோவிலின் பொருள் வசதி, ஊர் மக்களின் எண்ணிக்கை,

பரம்பரை முறை, கோவில் தெய்வத்திற்கும் கதைக்கும் உள்ள உறவு ஆகியவற்றைப் பொறுத்து அமையும்.

கார்த்திகை மாதத்தில் அம்மன் கோவில்களில் செவ்வாய்க் கிழமையிலும் மாடன் கோவில்களில் வெள்ளிக்கிழமையிலும் சிறப்பு நிகழ்வு உண்டு. இக்காலங்களில் ஒரு நேர நிகழ்ச்சியாக வில்லுப்பாட்டு நடப்பதுண்டு. சில கோவில்களில் வருடத்தில் எல்லாத் தமிழ் மாதங்களிலும் கடைசிச் செவ்வாய் அல்லது வெள்ளிக்கிழமைகளில் சிறப்பு நிகழ்வு உண்டு. இந்த நாட்களிலும் வில்லுப்பாட்டு நடக்கும். இதுவும் கோவிலின் பொருளாதார நிலையைப் பொறுத்ததுதான்.

வில்லுப்பாட்டுக் கலை, நாட்டுப்புறத் தெய்வங்கள் தொடர்பான கதையைப் பாடி, அதற்கு விளக்கம் கூறும் மரபை ஒட்டித்தான் ஆரம்ப காலம் முதலே நடந்திருக்கிறது. முன்பு வில்லுப்பாட்டு நிகழ்ச்சியில் பாட்டுதான் முக்கியம். பெருமளவு நேரத்தைப் பாடுவதற்கே எடுத்துக்கொண்டிருக்கிறார் அண்ணாவி. அப்போது கதைவிளக்கம் மிகக் குறைவு. விளக்கம் கூட ராகதாளத்தில்தான் இருக்கும். அண்மைக் காலம்வரை இதில் மாற்றமில்லை.

பெரும்பாலும் தொழில்முறைக் கலைஞர்களால் நிகழ்த்தப் படும் இக்கலைநிகழ்ச்சி சிறப்பாக அமைவது தலைமைக் கலைஞரின் திறமையைப் பொறுத்தது. பொதுவாக வில்லிசை நிகழ்ச்சியின் அமைப்பை மேடையில் அமருதல், நிகழ்ச்சி ஆரம்பம், கதைப்பாடல் விளக்கம், இறுதி வாழ்த்து எனப் பகுத்துக்கொள்ளலாம். முக்கியத் தெய்வம் இருக்கும் அறையில் நடக்கும் வழிபாட்டுக் கூறிலும் இதற்குச் சிறிது பங்கு உண்டு.

வழிபாடு சார்ந்த இக்கலை கோவில் முக்கியத் தெய்வத்தைப் பார்த்தே நிகழ்த்தப்பட வேண்டும் என்பது நியதி. ஆகவே வில்லிசை நிகழும் மேடையை முக்கியத் தெய்வம் இருக்கும் அறைக்கு எதிரே உள்ள பெரிய இடத்தில் அமைப்பர். அப்படிப் பட்ட இடம் இல்லையெனில் இதன் இடது புறமோ வலது புறமோ மேடையை அமைக்கலாம்.

வில்லுப்பாட்டுப் புலவர் முக்கியத் தெய்வத்தைப் பார்த்துப் பாடுகின்றபோது மட்டுமே சாமியாடிக்கு அருள்வரும் என்றும் நம்பிக்கை இருக்கிறது.[3] முக்கியத் தெய்வம் இருக்கும் அறைக்கு எதிரே இடம் இல்லாதபோது வேறு இடத்தில் வில்லிசை மேடை அமைந்திருந்தாலும், முக்கியத் தெய்வத்தின் எதிர்ப் பகுதியில் அமர்ந்து கொஞ்ச நேரம் பாட வேண்டிய கட்டாயம் சில கோவில்களில் உண்டு.

கார்த்திகை மாத விழாக்களிலும் மாத இறுதிச் சிறப்பு விழாக்களிலும் நிகழும் வில்லுப்பாட்டு நிகழ்ச்சிகளுக்குத்

தனிமேடை அமைப்பதில்லை. கோவிலின் முன்பகுதியிலோ கோவிலின் வேறு இடத்திலோ தரையிலேயே கலைஞர்கள் அமர்ந்து நிகழ்ச்சி நடத்துவர். சில நாட்டார் தெய்வக் கோவில் களில் வில்லுப்பாட்டு நிகழ்த்த நிரந்தர மேடை உள்ளது. அது இல்லாத கோவில்களில் தற்காலிக மேடை அமைப்பர்.

பொதுவாக நாட்டுப்புறத் தெய்வக் கோவில்களில் முக்கியத் தெய்வத்தின் அறைக்கு எதிரே ஓடு அல்லது ஓலை வேயப்பட்ட திறந்த வெளி அரங்கு இருக்கும். இந்த அரங்கு பார்வையாளர் கள் அமரும் இடம். இதன் ஓரத்தில் உள்ள நிரந்தர மேடை 2.50 மீ. x 1.25 மீ. அளவுடையதாய் இருக்கும். கோவிலின் இட வசதியைப் பொறுத்து இது கூடவோ குறையவோ செய்யலாம்.

தற்காலிக மேடையும் நிரந்தர மேடையின் அளவுகளை ஒத்தே பெரும்பாலும் இருக்கும். இதே மேடையில் வேறு கலை நிகழ்ச்சிகள் நடப்பதாக இருந்தால் மேடையைப் பெரிதாக அமைப்பர். தற்காலிக மேடை, மூங்கில் கழிகளால் கட்டப்பட்டு மேல்பகுதியில் பலகை பரப்பப்பட்டிருக்கும். கோவிலின் பொருளாதார நிலையைப் பொறுத்து மேடையின் அலங்காரம் அமைந்திருக்கும்.

வில்லுப்பாட்டுக்குரிய இசைக் கருவிகள் வில், உடுக்கை, ஜால்ரா, குடம், கட்டை என்பது பொதுவான வழக்கு. இவை தவிர பம்பை, உறுமி, தக்கை, துந்துபி ஆகியவையும் இக்கலைக் குரியனவாகப் பேசப்பட்டாலும் இவை வழக்கில் இல்லை[4] [சுப்பு ஆறுமுகம் (1969)].

தானை தந்தானை தன்னா தன்னை
வில்லை அடித்துக் குடத்தோடு கட்டை
உடுக்கை தாளம் ஒன்றாயடித்து
தோம் தனை தானை நன்றாய் அரிஓம்

என்னும் பாடலை வில் கலைஞரான கலைமாமணி சரஸ்வதி தன் இளமைக் காலத்தில் கேட்டதையும் பாடியதையும் இந்நூலாசிரியரிடம் சொல்லியிருக்கிறார்.

வில்லுப்பாட்டுக் கலையின் முக்கிய இசைக்கருவி வில். இது விற்கதிர் எனவும் அழைக்கப்படும். வில்லின் பாகங்களைப் பொருத்தி நிகழ்ச்சிக்குத் தயாராக இருப்பதை வில்பூட்டுதல் எனக் குறிப்பிடுகின்றனர்.[5] வில்லிசைக் கருவிக்குரிய பாகங்கள் விற்கதிர், பந்தடை, முனைக்குப்பி அல்லது யாளி, வடம் அல்லது நாண், மணிகள், கரிக்கால், மணிகளைக் கோக்க உதவும் கம்பிகள், சந்திர வளையம் ஆகியன.

வில்லின் நீண்ட பகுதி விற்கதிர் எனப்படும். இது 2.25 மீ. முதல் 2.50 மீ. வரை இருக்கும். விற்கதிர் பிரம்பு, மூங்கில்

போன்றவற்றால் செய்யப்பட்டிருக்கும். முந்தைய காலங்களில் உலோகத்தால் விற்கதிரைச் செய்தனர் என்னும் ஆய்வாளர்களின் தகவல்களை மூத்த வில்லுபாட்டுக் கலைஞர்கள் மறுக்கின்றனர்.

தொழில்முறைக் கலைஞர்கள் சாதாரணப் பனங்கம்பின் வைரம் பாய்ந்த பகுதியையே விற்கதிர் செய்யப் பயன்படுத்துகின்றனர். வேகமாகக் காற்றடிக்கும் காலத்தில் இரைச்சலுடன் அசைந்தாடும் பனைமரத்தை அடையாளம் கண்டு அதை முறித்து விற்கதிருக்குத் தேர்வுசெய்வர் என்னும் வாய்மொழிச் செய்தி இன்றும் உண்டு. பனங்கம்பின் உறுதியும் விலை மலிவும் தான் அதைப் பயன்படுத்தக் காரணங்கள்.

விற்கதிரின் நடுப் பகுதி பருத்தும் முனைப் பகுதி சிறுத்தும் இருக்கும். பருத்த நடுப் பகுதி பந்தடை எனப்படும். அதன் மீது துணியைச் சுற்றி மெத்தென வைத்திருப்பர். கழுத்துப் பகுதியில் குடம் வைப்பதற்கு ஏற்றவாறு இது இருக்கும். விற்கதிரின் மீது சிறிய மணிக்கயிற்றைச் சுற்றிவைப்பதுண்டு. கதிரை வளைக்கும்போது ஒடிந்துவிடாமல் இருக்க இந்த ஏற்பாடு. முந்தைய காலங்களில் உடைமரத்தின் பச்சைத் தோலைப் பதப்படுத்திக் கயிறுபோலாக்கிக் கதிரைச் சுற்றிக் கட்டிய பிறகு வண்ணத் துணியைச் சுற்றுவார்கள்.

இப்போது வில்லுப்பாட்டு நிகழ்ச்சியில் நீண்ட வில்லைப் பயன்படுத்துவதில்லை. வெளியூர்க் கோவில்களில் நிகழ்ச்சி நடத்தப்போகும்போது 2.5 மீ. நீளமுள்ள விற்கதிரைக் கொண்டு செல்வது சிரமமாக இருப்பதால், விற்கதிரை மூன்று துண்டுகளாகச் செய்துவைத்திருக்கின்றனர். நடுப் பகுதித் துண்டின் இரு முனையிலும் பிற இரு துண்டுகளையும் பொருத்துவதற்கு ஏற்பத் துளையிடப்பட்டிருக்கும். மற்ற துண்டுகளையும் நடுத் துண்டுகளுடன் இணைப்பதற்கு ஏற்றவாறு சுண்டுவிரல் அளவு ஆணி போன்ற பகுதி செதுக்கப்பட்டிருக்கும். நடுப் பகுதிக் கதிர்த் துவாரங்களில் ஆணியை நுழைத்து இறுக்கி விற்கதிரை உருவாக்குவர். தொழில்முறைக் கலைஞர்களில் அதிகம் பேர் இத்தகைய விற்கதிரையே பயன்படுத்துகின்றனர்.

விற்கதிரின் மேல் வண்ணக் கில்ட்தாளைச் சுற்றிக்கட்டுவது இன்றைய நடைமுறை. அதன் இரு முனைகளிலும் இரும்புப் பூண்கள் பொருத்தப்பட்டிருக்கும். இது குப்பி அல்லது யாளி எனப்படும். முனைக்குப்பிகள் பொதுவாக இரும்பால் ஆனவை. செம்பு அல்லது வெங்கலத்தால் செய்யப்பட்ட குப்பிகளும் உண்டு. இந்தக் குப்பிகள் மீன், யாளி, விளக்கு, பறவை போன்ற வடிவங்களில் இருக்கும். குப்பிக் கொக்கியில் நாணை இழுத்துக் கட்டுவர்.

அ.கா. பெருமாள்

முந்தைய காலங்களில் மாட்டுத்தோல் வடத்தையே நாணாகப் பயன்படுத்தினர். இந்தத் தோல் நாணைத் தயாரிப்ப தற்கென்றே சில வழிமுறைகள் இருந்தன. மாட்டுத்தோல் நாணை ஆமணக்கு எண்ணெயில் நன்றாகத் தோய்த்து அதன் மேல் துணியைச் சுற்றுவர். இதைச் சாணி நிறைந்த உரக் குழியில் புதைத்துவைப்பர். மூன்று மாதம் கழித்து எடுத்துச் சுத்தப்படுத்திவிட்டு மறுபடியும் ஆமணக்கெண்ணெய் தடவிக் கயிற்றில் கட்டித் தொங்கவிடுவர். இதன் பிறகு ஒரு மாதம் கழித்து இந்த நாணைப் பயன்படுத்தலாம். வில் நாணை மூன்று மாதத்திற்கு ஒருமுறை எண்ணெய் தேய்த்து உலர்த்த வேண்டும்.

இன்றைய நிலையில் தோல் நாணைப் பயன்படுத்துபவர்கள் மிக மிகக் குறைவாகவே உள்ளனர். பெரும்பாலும் நைலான் கயிறு அல்லது உறுதியான வேறுவகைக் கயிற்றை நாணாகப் பயன்படுத்துகின்றனர். விற்கதிரில் நாணைக் கட்டிய பின்பு அது தொய்வடையக் கூடாது என்ற நம்பிக்கை உண்டு. கதிரின் இடது பக்கக் குப்பியில் கட்டப்பட்டு மிச்சமிருக்கும் தோல் நாணை வலம்பாடுபவர் தன் கால் விரலில் முறுக்கிக்கட்டும் வழக்கம் முந்தைய காலங்களில் இருந்தது.

விற்கதிரின் முதுகுப்புறமான வளைந்த பகுதியில் இடது பக்கம் ஐந்தும் வலது புறம் நான்கும் ஆக ஒன்பது இரும்பு வளையங்கள் பொருத்தப்பட்டிருக்கும். இந்த வளையங்களைக் கரிக்கோல் எனக் குறிப்பிடுகின்றனர். இவற்றின் இடது புறமும் வலது புறமும் நீண்ட கம்பிகள் சொருகப்பட்டிருக்கும். கம்பிகளில் மாட்டுமணியைப் போன்ற வெங்கலமணிகள் தொங்கும்.

மணிகளின் எண்ணிக்கை கதிரின் இடது புறம் ஆறும், வலது பக்கம் ஐந்தும் என்ற அளவில் இருக்கும். பொதுவாக இது ஐந்தும் நாலுமாக இருப்பது வழக்கம்.[6] கதிரில் பொருத்தி யிருக்கும் வளையங்களிலிருந்து இரும்புக் கம்பிகளை அகற்றி விட்டால் மணிகள் தனித்தனியே பிரிந்துவிடும்படி இருக்கும். கரிக்கோலில் சொருகப்பட்டிருக்கும் கம்பிகள் கழன்றுவிடாத படி கயிற்றால் கட்டப்பட்டிருக்கும்.

குடத்தின் கழுத்தில் வைப்பதற்கு ஏற்றவாறு விற்கதிரின் நடுப்பகுதியான பந்தடையில் மெல்லிய துணி அல்லது நீர் உறிஞ்சும் பஞ்சு இரப்பர் சுற்றப்பட்டிருக்கும். வில்லின் நாணில் அடிப்பதற்குரிய கருவி வீசுகோல். இது 8 முதல் 10 செ.மீ. நீளமுடையதாக இருக்கும். கைப்பிடிப் பகுதி உள்ளீடற்றுச் சிறுகற்கள் இடப்பட்டிருக்கும். இரண்டு வீசுகோல்களையும் புலவர் நாணில் அடிக்கும்போது உள்ளிடு பரல்களும் விற்கதிரின் மணிகளும் மிகுந்து ஒலிக்கும்.

வீசுகோல்கள் வேலைப்பாடு உடையனவாய், கைப்பிடி உலோகத்தாலும் பிற பகுதிகள் கருங்காலி மரத்தாலும் ஆக்கப் பட்டிருக்கும். பொதுவாக வேலைப்பாடில்லாத வீசுகோலைப் பயன்படுத்துகின்றனர். வீசுகோலை முக்கியப் புலவரான அண்ணாவிதான் கையாளுவார். இதைப் பல நளினங்களுடன் கையாளுபவர்களுக்குத் தனி மதிப்புண்டு. சில குழுக்களில் புலவர் கதையைப் பாடி விளக்கம் கூறும்போது வீசுகோலை அடித்துப் பின்பாட்டுப் பாடுவதற்கென்று தனியாக ஒரு கலைஞரை அமர்த்திக்கொள்ளுவார்.

விற்கதிரின் கொளுத்து முனையின் கீழே கரிக்கோலில் சொருகப்பட்ட கம்பியில் ஒரு கயிறு கட்டப்பட்டிருக்கும். இதன் இன்னொரு முனையில் ஒரு வளையம் இருக்கும். இது சந்திர வளையம் எனப்படும். வில் ஆடாமல் இருக்க அண்ணாவியின் கால் பெருவிரலில் சந்திர வளையம் கோக்கப் பட்டிருக்கும்.

இன்றைய நிலையில் கையேந்தலான *(portable)* வில்லை வைப்பதற்கென்றே இரும்பு இருக்கை வைத்திருக்கின்றனர். குடத்தில் வில் தொடாமல் இருக்கும். இது ஒரு சிறு பையில் வைத்துவிடக்கூடியதாக இருக்கும். இசைக் கருவியைப் பெயருக் காக மட்டுமே பயன்படுத்தும் குழுக்கள் இன்று பெருகிவிட்டன.

வில்லுப்பாட்டுக் கலைக்குரிய குடம் நீர் முகரப் பயன் படும் குடம் போன்றதுதான். இது கர்நாடக சங்கீத இசைக் கருவியான கடம் போன்ற அமைப்புடையது. இதன் உடல் பகுதி 30 செ.மீ. விட்டமும் கழுத்துப் பகுதி 8 செ.மீ. விட்டமும் கொண்டது. குடத்தின் கழுத்துப் பகுதி சிறுத்தும் நல்ல வலுவுடையதாயும் இருப்பது அவசியம்.

உள்ளூர் பரமேஸ்வர அய்யர் என்ற மலையாள மகாகவி தெக்கன் பாட்டுகள் பற்றி விளக்கும்போது, வில்லுப்பாட்டுக் குரிய இசைக் கருவியான குடம் உலோகத்தால் செய்யப் பட்டிருக்கும்; இதன் வாய்ப்பகுதி தோலால் இழுத்து மூடப் பட்டிருக்கும்; நிகழ்ச்சியின்போது தோல்பகுதியில் கலைஞர் கோல் கொண்டு தட்டுவர் என்று கூறுகின்றார் [*கேரள சாகித்ய சரிதம்,* பகுதி 1, (1953) பக். 230].

உள்ளூர் கூறுவது தவறான தகவல். வில்லுப்பாட்டு குறித்து வந்த பழைய பதிவுகளில் இந்தத் தகவல் இல்லை. மூத்த கலைஞர்களிடம் இச்செய்தியை நான் சொன்னபோது, பரமேஸ்வர அய்யர் காலத்தில் தென்கேரளத்தில் இத்தகைய குடத்தை வில்லுப்பாட்டுக் கலைஞர்கள் பயன்படுத்தியிருக்கலாம். கேரளக் குடமுழா இசைக் கருவியைப் போல இது இருந்திருக்க

வேண்டும். தமிழகத்தில் இப்படிப்பட்ட குடம் புழக்கத்தில் இல்லை" என்றார்கள்.

முந்தைய காலங்களில் வில்லுப்பாட்டுக்குரிய குடத்தையும் பந்தடைக்குரிய வைக்கோலையும் கோவிலைச் சார்ந்தவர்களே கொடுக்க வேண்டும் என்ற நியதி இருந்தது. அப்போது குடம் சாதாரண மண்குடமாகவே இருந்தது.[7] இன்றைய நிலையில் வில்லுப்பாட்டுக்குரிய குடம் தயாரிப்பதில் சில வரைமுறை களைப் பின்பற்றுகின்றனர்.

சாதாரணமான மண்பானை செய்வதற்குரிய மண் கலவை யுடன் முட்டை, பதனீர் அல்லது கருப்புக்கட்டியைச் சேர்த்துப் பிசைந்து குடம் செய்வதற்குரிய கலவையைத் தயாரிக்கின்றனர். ஒரு குடம் தயாரிக்கப் பத்து முட்டைகள், இரண்டு கிலோ கருப்புக்கட்டி அல்லது நான்கு லிட்டர் பதனீர் தேவை. இவற்றை நன்கு அரைக்க வேண்டும். இப்படி உருவான கலவை யில் செய்யப்பட்ட குடத்தை வில்லுப்பாட்டுக் கலைஞர்கள் வாங்கியதும் அப்படியே பயன்படுத்துவதில்லை.

குயவரிடமிருந்து வாங்கிய குடத்தின் மீது வெள்ளைச் சைக்கிள்கோராத் துணியில் வேப்பம் பசையைத் தடவி ஒட்டுகின்றனர். கழுத்து விளிம்பை உடுக்குத் தட்டில் உள்ள கிழிந்த மாட்டுச் சவ்வுப் பகுதியாலோ தனியாக வாங்கிய மாட்டுச் சவ்வாலோ ஒட்டுவர். பிறகு மூன்று நாட்கள் இதைக் காயவிட்டுப் பானையில் காவி வண்ணம் அடிப்பர். வில்லுப் பாட்டுக்குரிய குடம் தயாரிக்க இன்றைய நிலையில் (2009) ஆயிரம் ரூபாய்வரை ஆகிறது.[8]

கலை நிகழ்ச்சியின்போது அசையாமல் இருக்கக் குடம் பந்தடை என்னும் புரிமணையில் வைக்கப்பட்டிருக்கும். பந்தடை வாழைநாராலும் வைக்கோலாலும் செய்யப்பட்டிருக்கும்.

குடத்தின் வாயைப் பத்தியாலும் உடல் பகுதியைத் தொத்திக் கட்டையாலும் அடித்து இயக்குவர். பத்தி டேபிள் டென்னிஸ் மட்டைபோல் இருக்கும். பொதுவாகத் தோலால் செய்யப்பட்ட பத்தியைப் பயன்படுத்துகின்றனர். கமுகுப் பாளையிலான பத்தியையும் பயன்படுத்துகின்றனர். பத்தியை வலது கையில் பிடித்துக்கொண்டு குடத்தின் வாய்ப் பகுதியைத் தட்டி ஒலி எழுப்புவர். அதே சமயத்தில் இடது கையில் விரல் இடுக்கில் வைத்திருக்கும் மரத்துண்டாலான தொத்திக் கட்டையால் குடத்தின் முதுகுப் பகுதியில் லேசாகத் தட்டியும் ஒலி எழுப்புவர். ரோஜா மாலையின் மேல் அழகுசெய்யும் கில்ட்டெம்மி சுற்றப்பட்ட கட்டையையும் இதற்குப் பயன் படுத்துகின்றனர். இது விரலிடுக்கில் பிடிக்க வாகாகவும் எடை

குறைவாகவும் இருக்கிறது. சிலர் கனமான இரும்பு மோதிரத்தால் தட்டுகின்றனர்.

வில்லுப்பாட்டு நிகழ்ச்சியில் வில் இசைக் கருவிக்குரிய இடம் குடம், உடுக்கு ஆகியவற்றுக்கும் உண்டு. உடுக்கின் சொற்கட்டுக்கு ஏற்பக் குடத்தின் தாளம் அமையும். தமிழகத்தில் நாட்டார் வழிபாட்டிலும் கலை நிகழ்ச்சியிலும் உடுக்கு பயன்படுத்தப்படுகிறது. இது வட்டார அளவில் வேறுபாடு உடையது. உடுக்கடிப் பாட்டு, பூசாரிப் பாட்டு ஆகியவற்றுக்குரிய உடுக்குகள் அளவில் பெரியவை. தஞ்சை, திருச்சி மாவட்டங்களில் பெருநெறி விழாக்களில் சுவாமி வாகனங்களுடன் செல்லும் தவண்டை என்னும் இசைக் கருவியும் உடுக்கு போன்றதே. இது அளவில் பெரியது.

வில்லுப்பாட்டு நிகழ்ச்சியில் அடிக்கப்படும் உடுக்கு சித்துடுக்கை எனப்படும். இதன் உடல்பகுதி 17 செ.மீ. நீளமும் வாய்ப்பகுதி 14 செ.மீ. விட்டமும் கொண்டது. உடுக்கின் இடைப் பகுதி சிறுத்தும் வாய்ப் பகுதி பெரிதாகவும் இருக்கும். உடுக்கின் உடல் பகுதி வெங்கலத்தாலோ மரத்தாலோ பித்தளையாலோ செய்யப்பட்டிருக்கும். முந்தைய காலங்களில் மண்ணால் செய்யப்பட்ட உடுக்கைப் பயன்படுத்தினர்.

உடுக்கின் இரண்டு வாய்ப் பகுதிகளிலும் பிரம்பு அல்லது பனங்கருக்கு நாராலான வளையங்கள் பொருத்தப்பட்டிருக்கும். இவற்றை மாட்டுச் சவ்வு அல்லது மெல்லிய தோல் மூடியிருக்கும்.⁹ இந்தத் தோல் வளையம் உடுக்குத் தட்டு எனப்படும். இதன் வளைவான பகுதியில் 5 அல்லது 7 துவாரங்கள் இருக்கும்.

உடுக்குத் தட்டின் வட்டப் பகுதி நூல் அல்லது நரம்பால் இறுக்கமாய் இணைத்துக் கட்டப்பட்டிருக்கும். இந்த நூல் பின்னலின் மேல் சுற்றப்பட்டிருக்கும் துணிப்பட்டையை இடது கையால் பிடித்துக்கொண்டு வலது கையால் உடுக்கை அடித்து ஒலி எழுப்புவர். துணிப்பட்டையை இறுக்கியும் விட்டுக் கொடுத்தும் தாளத்துக்கு ஏற்ப மாறிமாறி அடிப்பதால் மந்த உச்ச ஓசை கேட்கும்.

உடுக்கு, குடம் இரண்டிற்கும் தாள அமைதியைத் தரும் தாளம் என்னும் ஜால்ராவைச் சிஞ்சி, சிங்கி என்றும் குறிப்பிடுகின்றனர். வெங்கலம் அல்லது பித்தளையால் செய்யப்பட்டிருக்கும் தாளம் பத்து முதல் ஐந்து செ.மீ. விட்டமுள்ள தாயும் நடுப்புறம் குழிந்ததாயும் இருக்கும். ஜால்ராவின் குழிவான பகுதிகளிலுள்ள துவாரத்தில் உட்புறத்திலும் வெளிப்புறத்திலும் முடிச்சுகள் இடப்பட்டு நூல் கோக்கப்பட்டிருக்கும்.

அ.கா. பெருமாள்

தேக்கு அல்லது கருங்காலியில் செய்யப்பட்ட 8 செ.மீ. நீளம் 4 செ.மீ. அகலம் உள்ள இரண்டு கட்டைகளும் கட்டைத் தாங்கள் எனப்படும். ஒரு கட்டையை இன்னொன்றில் மெது வாகவோ வேகமாகவோ தட்டி ஒலிக்கச் செய்வர்.

வில்லிசைக் கலை நிகழ்ச்சிகளில் மரபுவழி இசைக் கருவிகள் தவிர ஹார்மோனியம், ஆல்ரவுண்ட் தபலா, சலங்கை, மிருதங்கம், மோர்சிங், கிளாரிநட், பம்பை, மொராக்கஸ், புல்புல்தாராங், டோலக், டேப் போன்ற இசைக் கருவிகளையும் பயன்படுத்து கின்றனர். வில்லுப்பாட்டுக் கலை என்ற மரபுவழிக் கலை இன்றைய நிலையில் பாடும் முறை, இசைக் கருவிகளைப் பயன்படுத்துதல் என்னும் நிலைகளில் பலவித மாறுதல்களை அடைந்துவருகிறது.

வில்லுப்பாட்டு நிகழ்ச்சியில் ஹார்மோனியத்தைச் சுந்தரம் பிள்ளையும் ஆல்ரவுண்ட் தபலா போன்றவற்றை கே. ஓ. மகா தேவனும் அறிமுகப்படுத்தினர் என்ற கருத்து உண்டு.[10] ஆனால் சாத்தூர்ப் பிச்சைக்குட்டியே இந்த இசைக் கருவிகளை முதலில் வில்லுப்பாட்டில் பயன்படுத்தினார் என்று கோமதிநாயகம் குறிப்பிடுகிறார் (பக். 90). இவர் குறிப்பிடும் கருத்து பொருத்தமாக இருக்கிறது.[11]

வில்லுப்பாட்டு நிகழ்கலையில் முக்கியக் கலைஞரான அண்ணாவி என்னும் புலவர், குடம், உடுக்கு, தாளம், கட்டை ஆகிய இசைக் கருவிகளை அடிப்பவர் நான்குபேர் ஆக ஐவர் இடம்பெறுகின்றனர். மேலும் துணைப்பாட்டுப் பாடுபவர், பின்பாட்டு இசைப்பவர் என வேறு சிலரும் இடம்பெறுவர்.[12]

புலவர் கதையைப் பாடி விளக்கம் கூறுவார். வில் நாணில் வீசுகோலை வீசுவார். இவரே குழுவின் தலைவர் என்பதால் விழாவை நடத்துகின்றவர்கள் நிகழ்ச்சிக்கு ஏற்பாடுசெய்யவும் முன்பணம் கொடுக்கவும் இவரையே அணுகுகின்றனர். இவர் நிகழ்ச்சியில் பாட வேண்டிய கதையைத் தீர்மானிப்பவராக வும் நிகழ்ச்சிக்குக் கிடைக்கும் சம்பளத்தைத் தன் சகக் கலைஞர் களுக்குப் பங்குவைத்துக் கொடுப்பவராகவும் இசைக் கருவிகளின் உரிமையாளராகவும் இருப்பார். இதில் விதிவிலக்கும் உண்டு.

கதைப்பாடல்கள் எழுதப்பட்ட நோட்டுப் புத்தகங்கள் புலவரான அண்ணாவியிடம் இருக்கும். ஒரு கோவிலின் முக்கியத் தெய்வம் அல்லாத துணைத்தெய்வங்களைப் பாட வேண்டிய சூழ்நிலையில் பாடுவதற்காக இருபதுக்கு மேற்பட்ட கதைகளைத் தயாராக வைத்திருக்கின்றனர். இன்றைய நிலையில் கோவிலைச் சார்ந்தவர்களிடம் முன்பணம் வாங்கும்போதே பாட வேண்டிய கதைகளைக் கேட்டுக்கொள்கின்றனர்.

வில்லிசைக் கலைஞர்களின் தலைவரான புலவருக்கு முன்னால் விற்கதிர் இருக்கும். நாண் கட்டப்பட்ட அதன் ஒரு பகுதி புலவரின் இடது ஓரம் உயர்ந்தும் நாணைக் கொளுத்திய பகுதி வலப்புறம் மேடைப் பரப்பைத் தொட்டும் இருக்கும். வில்லிசைப் புலவர் வீசுகோலை நாணின் மேல் வீசுவதற்கு வசதியாக நாண் அவர் கையளவு உயரத்தில் அமைந்திருக்கும். விற்கதிரின் கொளுத்து முனையிலிருந்து வரும் மெல்லிய கயிற்றில் கட்டப்பட்ட வளையத்தைப் புலவர் தன் இடது கால்பெருவிரலில் கொளுத்தியிருப்பார்.

குடத்தைத் தொட்டுச் சிறிய மர இருக்கை அல்லது ஹார் மோனியப் பெட்டியில் குடம் அடிப்பவர் அமர்ந்திருப்பார். அவர் குடத்தைத் தொட்டிருக்கும் விற்கதிரை இடது கையால் அணைத்துப் பிடித்ததுபோல் இருப்பார். அவர் வலது கையில் பத்தி இருக்கும். உடுக்கு அடிப்பவரும் தாளம் அடிப்பவரும் புலவருக்குப் பின்புறம் அமர்ந்திருப்பார்கள். ஹார்மோனியக் காரரும் பிற இசைக் கருவிகளை இயக்குபவர்களும் முறையே புலவருக்கு வலது புறமும் பின்புறமும் அமர்ந்திருப்பர்.

கலைஞர்கள் மேடையில் அமர்ந்திருக்கும் முறையை விளக்கும் பிளாக்பர்ன், வில்லிசைக் கலைஞர் மேடையில் அரைவட்ட வடிவில் அமர்ந்திருப்பர்; அவர்கள் அமர்ந்திருக்கும் நிலையில் முன்புறம் வில்லுப்பாட்டுக் கருவியின் வலது புறம் அண்ணாவியும் இடது புறம் துணைப்பாடகரும் பானை, கட்டை, உடுக்கு போன்ற இசைக் கருவிகளை இயக்குபவரும் மற்றொரு துணைப்பாடகரும் இருப்பர் என வரிசைப்படுத்து கிறார். மேலும் அவர் குழுவின் வலது புறம் உள்ள கலைஞர்கள் வலம்பாடி எனவும் இடது புறம் அமர்ந்திருக்கும் கலைஞர் இடம்பாடி எனவும் அழைக்கப்படுவர் என்றும் வில்லிசைத் தலைமைப் புலவர் பெண்ணாயிருந்தால் துணைப்பாடகி ஒருத்தியும் இருப்பார் என்றும் கூறுகிறார் *[Blackburn (1980) p. 116]*.

கலைஞர்கள் அமரும் முறையில் வலப்பக்கம், இடப்பக்கம் என்னும் பாகுபாடு இப்போது நடைமுறையில் இல்லை. வில் இசைக் கருவியைத் தாங்குவதற்குக் குடத்தின் கழுத்து வசதியாக இருக்கும். அதனால் குடம் அடிப்பவர் அண்ணாவியின் இடது புறம் அமர்ந்திருப்பார். இது நியதியல்ல; வசதிக்கு எனக் கலைஞர்கள் கூறுகின்றனர்.

பிளாக்பர்ன் சொல்வது போன்று வில்லிசைத் தலைமைக் கலைஞர் பெண்ணாயிருந்தால் துணைப்பாடகர் பெண்ணா யிருக்க வேண்டும் என்னும் கட்டாயம் இல்லை. வில்லிசைக்

கலையில் பெண் தலைமைப் புலவராகப் பாடும் வழக்கம் 1910ஆம் ஆண்டுக்கு முன்பே இருந்திருக்கிறது.[13] இன்றைய நிலையில் தலைமைப் பாடகர் வயதானவராக இருந்தால் அவர் கவர்ச்சியான பெண் பாடகியைத் துணைக்கலைஞராக அமர்த்திக்கொள்ளும் வழக்கம் இருக்கிறது.

பொதுவாக நாட்டார் நிகழ்த்துகலை ஆரம்பிக்கும் முன்பு பூஜைபோடுதல் என்னும் வழக்கம் உண்டு. வில்லுப்பாட்டு நிகழ்ச்சியில் ஆரம்பத்தில் இசைக் கருவிகள் உரிய இடங்களில் வைக்கப்படும். கலைஞர்களில் ஒருவர் விற்கதிரின் முன் வெற்றிலை, பாக்கு, பழம், தேங்காய் படைத்துக் கற்பூரத்தை ஏற்றிக் கதிருக்கும் பிற இசைக் கருவிகளுக்கும் காட்டிப் பூஜை செய்வார். கலைஞர்கள் கற்பூரத்தையும் இசைக் கருவிகளையும் தொட்டு வணங்குவர். புலவர் மேடையில் அமர்ந்ததும் பிற கலைஞர்களும் அமருவர்.

மேடையில் அனைத்துக் கலைஞர்களும் அமர்ந்ததும் தங்கள் இசைக் கருவிகளை ஒருசேர இயக்குவர். இது ராஜமேளம் எனப்படும். ஆரம்ப மேளம் என்னும் பொருளில் இது வழங்கப் படுகிறது. இவ்வாறு இசைக்கும் முறை நையாண்டிமேளம், கரகாட்டம் போன்ற பிற நாட்டுப்புறக் கலைகளிலும் உண்டு.

ராஜமேளம் முடிந்ததும் புலவர் காப்புப் பாடல், குரு வணக்கம், அவை வணக்கம் பாடிவிட்டுப் பாட இருக்கும் கதையைக் கூறத் தொடங்குவார். காப்புப் பாடலில் விநாயகரை யும் விழா நிகழும் கோவிலின் முக்கியத் தெய்வத்தையும் வணங்கிப் பாடுவார். வேறு தெய்வங்களையும் பாடுவதுண்டு.

புலவர் கதை நிகழ்ச்சியை விவரித்துவிட்டு அதன் இறுதிப் பகுதியையோ அல்லது அது தொடர்பான பகுதியையோ குறிப்பிடும் பாடலை இசையுடன் பாடுவார். புலவர் பாடும் போது கைகளை நடனப் பாணியில் நளினங்களுடன் அசைத்து வீசுகோலால் நாணில் தட்டுவார்.

புலவர் வீசுகோலை வீசும்போது குடம் அடிப்பவர் பத்தி யைக் குடத்தின் வாய்ப் பகுதியில் அடிப்பார். இப்படியே பிற இசைக் கருவிகளை இயக்குபவர்களும் பாட்டிற்கு ஏற்ப அடிப்பர். புலவரின் பாட்டிற்கும் விளக்கத்திற்கும் தக்கவாறு துணைக்கலைஞர்கள் 'ஆமா' என்பதும் கேள்வி கேட்பதும் இடக்காகப் பேசுவதும் உண்டு.

முன்பு ஏட்டில் இருப்பதை அப்படியே பாடும் வழக்கம் வில்லுப்பாட்டு நிகழ்ச்சியில் இருந்தது என மூத்த கலைஞர்கள் கூறுகின்றனர். ஏட்டில் இருப்பதைப் பாடிக்காட்டும் செயலை

ஊரில் உள்ளவரும் செய்வதுண்டு. ஊர்க்காரர் பாடியது போலவே புலவர் பாடிக்காட்டுவார். ஏட்டைப் படிப்பவரும் மேடையில் இருப்பதுண்டு. இதெல்லாம் முந்தைய நிலை.

பொதுவாக மூலக்கதையின் பாடல்களில் குறிப்பிட்ட பகுதிகளையும் பிற பகுதிகளுக்குத் தாங்களே இயற்றிய பாடல்களையும் பாடுவது அல்லது மூலக்கதையின் அடிப்படையில் எல்லாப் பாடல்களையும் தாங்களே இயற்றிப் பாடுவது என்னும் இரு நிலைகளில் நிகழ்ச்சி அமைகிறது.

முதல் நிலையில் பாடுபவர் வில்லுப்பாட்டை முறைப்படி குருவழியே கற்றவராகவும் மூலக்கதைப் பாடல்களை முழுதும் அறிந்தவராகவும் கோவில் மேடைகளில் மட்டுமல்லாமல் பொதுமேடைகளிலும் அதிக அளவில் பாடுபவராகவும் இருப்பார். பிரபலமாகாத மூலக்கதைகளை அப்படியே பாடும் வழக்கம் அண்மைக்காலம்வரை இருந்தது.

கலைஞர்கள் கலை நிகழ்த்தும் தன்மையைக் கொண்டு தொழில்முறைக் கலைஞர், தொழில்முறை அல்லாத கலைஞர் என வகைப்படுத்தலாம். வில்லுப்பாட்டுக் கலையை மட்டுமே தொழிலாகக் கொண்டவர்கள் தொழில்முறைக் கலைஞர்கள். இவர்களைக் கோவில் மேடைகளிலும் பிற மேடைகளிலும் பாடுகின்றவர் எனப் பகுத்துக்கொள்ளலாம்.

முதல் வகையினர் நாட்டார் தெய்வம் தொடர்பான கதைகளின் மூலங்களை ஏட்டின் வழியோ அச்சு நூலின் வழியோ அறிந்துவைத்திருக்கின்றனர். இந்த வகைக் கலைஞர்கள் வில்லுப்பாட்டுக் கலையின் பாரம்பரிய முறையைப் பெரிதும் பின்பற்றுபவர்கள். நிகழ்ச்சிக்கு முந்தைய நாள் அசைவ உணவு உண்பதையும் உடலுறவு கொள்வதையும் தவிர்க்க வேண்டும். நிகழ்ச்சியின்போது குளித்துத் தூய்மையாக இருக்க வேண்டும். தீட்டான பெண் கலைஞர்கள் கலை நிகழ்த்த வரக் கூடாது என்னும் பழைய முறைகள் இப்போது வழக்கில் இல்லை.

நாட்டுப்புறத் தெய்வம் குறித்த அபூர்வமான கதைப்பாடல்களையும் ஏட்டு வடிவில் இருக்கும் அபூர்வமான கதைப்பாடல்களையும் வாய்மொழிக் கதைகளையும் தொழில்முறைக் கலைஞர்களில் முதல் வகையினர் அறிந்துவைத்திருக்கின்றனர். இதனால், பிரபலமாகாத குறிப்பிட்ட சில கோவில்களில் இவர்களே நிகழ்ச்சி நடத்த அழைக்கப்படுகின்றனர்.

பிளாக்பர்ன், "வில்லுப்பாட்டுக் கலைஞரான அண்ணாவி கையெழுத்துப் பிரதியில் உள்ள பாடல்களைப் படிப்பதைவிட ஏட்டிலிருந்து படிப்பதை விரும்புகின்றனர்" என்கிறார் [(1980)

பக். 113]. ஆனால் நடைமுறையில் இச்செயல் பின்பற்றப்பட வில்லை. இதற்குப் பல காரணங்கள் சொல்ல முடியும்.

பெரும்பாலும் ஏட்டுப் பிரதியின் பாடல்கள் ஒரே போக்கில் ஒரே மெட்டில் அமைந்திருக்கும். எனவே, ரசிகர்களைத் திருப்திப் படுத்த ஏட்டுப் பாடல்களை அப்படியே பாட முடியாது. ஏட்டில் உள்ள எழுத்தை இரவு மின்விளக்கில் வயதான கலைஞர்கள் படித்து ராகத்தோடு பாடுவது என்பது நடை முறையில் சாத்தியமல்ல.

பெருமளவில் வில்லுப்பாட்டு ஏடுகளை நாடார் சாதிக் கலைஞர்களே வைத்திருக்கின்றனர். அப்படியானால் நாடார் அல்லாத பிற சாதிக் கலைஞர்களும் ஏடுகள் கிடைக்கப் பெறாத கலைஞர்களும் என்ன செய்வார்கள் என்னும் கேள்வி எழுகிறது. இதனால் பிளாக்பர்ன் கருத்தைப் பரிசீலிக்க வேண்டிய அவசியம் இருக்கிறது.

தொழில்முறைக் கலைஞர்களில் இரண்டாம் வகையினர் மேடையில் பாடுவதற்கென்றே கதைகளைத் தயாரித்துக்கொள்ளு கின்றனர்.[14]

தொழில்முறை அல்லாத கலைஞர்களைக் குறிப்பிட்ட கோவில்களில் மட்டும் பாடுபவர், கோவில் அல்லாத மேடை களில் பாடுபவர் எனப் பகுக்கலாம். குறிப்பிட்ட கோவில் களில் மட்டும் பாடுபவர்களுக்கும் அந்தந்தக் கோவில்களுக்கும் ஏதோ ஒருவகையில் நெருங்கிய உறவு இருக்கும். பெரும்பாலும் அது கோவிலின் முக்கியத் தெய்வம் சார்ந்ததாய் இருக்கும். இவ்வகைக் கோவில்களுக்குச் சொந்தமாக வில்லுப்பாட்டு இசைக் கருவிகள் இருக்கும். கார்த்திகை மாதம் செவ்வாய், வெள்ளிக்கிழமைகளிலும் பிற மாதங்களில் இறுதிச் செவ்வாய், வெள்ளிக்கிழமைகளிலும் கலைஞர்கள் நிகழ்ச்சி நடத்துவர். இவர்கள் பெரும்பாலும் கொடை விழாக்களில் பாடுவதில்லை.

கோவில் அல்லாத மேடையில் மட்டும் பாடுபவர்கள் இந்தக் கலையைப் பிரச்சாரத்துக்காகப் பயன்படுத்தினர். இவர்கள் பெரும்பாலும் திரைப்பட மெட்டிலேயே பாடுவர். இப்படிப் பட்ட கலைஞர்கள் இப்போது அதிக எண்ணிக்கையில் இல்லை.

வில்லுப்பாட்டுக் கலை மரபுவழி வருவதல்ல. இக்கலையை அறிந்த குருவின் வீட்டிற்குச் சென்று மாணவராக இருந்து பயில்வது நடைமுறையில் உள்ளது. இவர்கள் ஒத்திகை பார்க்கும் வழக்கம் இல்லை. கலைநிகழ்ச்சி நடப்பதற்கு ஒரு மணி நேரத்துக்கு முன்பு பாட வேண்டிய கதையையும் பேச வேண்டியதையும் விவாதிக்கின்றனர். கோவில் அல்லாத பொதுமேடைகளில் பாடுவதற்கும் அகில இந்திய வானொலி, தொலைக்காட்சி

போன்றவற்றில் நிகழ்ச்சிகள் நடத்துவதற்கும் ஒத்திகை பார்க்கின்றனர்.

வில்லுப்பாட்டுக் கலை குறிப்பிட்ட சாதிக்கு உரியதல்ல. எல்லாச் சாதி மக்களும் இக்கலையை நிகழ்த்துகின்றனர். இன்றைய நிலையில் ஒரு நாள் நிகழ்ச்சியானால் ரூ. 4000 முதல் ரூ. 5000 வரை பெறுகின்றனர். இது குழுவின் தலைவர், இசைக் கருவிகளின் எண்ணிக்கையைப் பொறுத்தது. மூன்று நாள் நிகழ்ச்சியானால் ரூ. 8000 முதல் ரூ. 15000 வரை பெறுகின்றனர்.

கன்னியாகுமரி மாவட்டத்தில் ஒரு நிகழ்ச்சிக்கு இவ்வளவு தொகை என்று கணக்கு வைத்திருக்கின்றனர்.[15] திருநெல்வேலி மாவட்டத்தில் ஒரு நாள் சம்பளம் எனக் கணக்கிடுகின்றனர்.

வில்லுப்பாட்டின் பார்வையாளர்கள் நாட்டுப்புறத் தெய்வத்தின் மீது நம்பிக்கை கொண்டவர்களாகவே உள்ளனர். இதைப் பொழுதுபோக்குக் கலையாக ரசிக்க வருவோர் குறைவு. குறிப்பிட்ட சில அபூர்வமான கதைகளைக் கேட்பதற்குத் தனி ரசிகர்கள் உள்ளனர்.[16]

கன்னியாகுமரி மாவட்டத்தின் மேற்குப் பகுதியில் வில்லுப் பாட்டுக் கலையை மலையாளத்தில் நிகழ்த்துகின்றவர்கள் மலையாளத் தெக்கன் பாட்டுகளையே பயன்படுத்துகின்றனர். தமிழ் வில்லுப்பாட்டிலிருந்து மலையாள வில்லுப்பாட்டு மொழியில் மட்டுமே வேறுபட்டிருக்கிறது. இசைக் கருவிகள், துணைக்கலைஞர்கள், பாடும் நேரம், மேடை அமைப்பு எல்லாம் ஒன்றுதான். மலையாள வில்லுப்பாட்டு நிகழ்ச்சியில் பாடப் படும் கதைகள் தமிழ் வில்லுப்பாடல்களின் மொழிபெயர்ப்பு களாகவோ தழுவல்களாகவோ இருக்கின்றன. கதை நிகழ்ச்சி களை மட்டுமே பாடுவது என்றில்லாமல் விழாவிற்கு வரும் பக்தர்களின் ஊரை வர்ணிப்பது மலையாள வில்லுப்பாட்டில் மட்டுமே உள்ளது.[17]

மலையாள வில்லுப்பாட்டு நிகழ்ச்சியில் பாடப்படும் கதைகளுக்குத் தமிழ்க் கதைகள்தாம் மூலம். கேரளத்தின் வட பகுதியில் வழங்கும் கதைப்பாடல்களை வடக்கன் பாட்டுகள் என வழங்குவது போன்றே தென்பகுதியில் கிடைக்கும் மலையாள வில்லுப்பாட்டுகளைத் தெக்கன் பாட்டுகள் எனக் கூறுகின்றனர்.

உள்ளூர் பரமேஸ்வர அய்யர் தன் மலையாள இலக்கிய வரலாற்று நூலில், “தெக்கன் பாட்டுகள் கேரளத்தின் தென் பகுதியில் உள்ள குறுநிலத் தலைவர்களையும் சாதனை படைத்த வீரர்களையும் பண்டைய தெய்வங்களையும் குறித்தனவாகும்.

மலையாள மொழியில் உள்ள இப்பாட்டுகளை மலையாளம் அல்ல என்று மலையாளிகளும் நல்ல தமிழ் அல்ல என்று தமிழரும் சிறுமைப்படுத்தித் திரிசங்கு சொர்க்கத்தில் தள்ளி விட்டபோதிலும் இவை வடக்கன் பாட்டுகளைப் போன்ற வடிவமும் எளிமையும் கவர்ச்சியும் கொண்டவை" என்று கூறுகிறார் [*கேரள சாகித்ய சரிதம்* (தொ), (1953) பக். 230].

மலையாள மொழியில் வில்லிசை நிகழ்த்துகின்றவர்கள் தெக்கன் பாட்டுகளைத் தங்களுக்கு மூலமாக எடுத்துக்கொள்ளுகின்றனர். ஆரம்ப காலத்தில் கோவில்களில் படிக்கும் கதை வாசிப்புப் பாட்டுகளாக இருந்த தெக்கன் பாட்டுகள், பிற்காலத்தில் மாற்றமடைந்து வில்லுப்பாட்டுக்குப் பயன்பட்டிருக்க வேண்டும் என்று தெக்கன் பாட்டுகளை ஆராய்ந்த திரிவிக்கிரமன் தம்பி கூறுகிறார் [*விக்ஞான கைராளி* மாத இதழ், மார்ச் (1985) பக். 234 – 240]. இந்தக் கருத்தின்படி தமிழ் வில்லுப் பாட்டின் மாற்று வடிவமான மலையாள வில்லுப்பாட்டு முதலில் கதை வாசிப்புப் பாடலாகவும் பின்னர் வில்லுப் பாட்டுக்குரியதாகவும் மாறியிருக்கிறது எனக் கருதலாம்.

கன்னியாகுமரி மாவட்டத்தில் கிடைக்கும் தெக்கன் பாட்டுகள் தமிழ் வில்லுப்பாட்டுகளின் கதை அமைப்பை ஒட்டியே காணப்படுகின்றன.[18] தெக்கன் பாட்டுகள் அல்லாமல் மலையாள மொழியில் வில்லுப்பாட்டுக்கென்றே கதைகளும் உள்ளன. *சுபத்ராபரணம், கீசகவதம்* முதலிய கதைகள் மலையாள வில்லிசைப் பாடல்களில் குறிப்பிடத் தகுந்தவை. இவை வில்லுப் பாட்டு நிகழ்த்துவதற்கென்றே எழுதப்பட்டாலும் சிறப்புடையன அல்ல என்கிறார் உள்ளூர் பரமேஸ்வர அய்யர் [*கேரள சாகித்ய சரிதம்* (தொ), (1953) பக். 248]. இவை தமிழ் வில்லுப்பாட்டுகளின் அமைப்பையும் கதைப்போக்கையும் ஒத்திருப்பது மட்டுமல்ல; இவற்றில் தமிழ்க் கலப்பும் அதிகம்.[19]

சடங்கில் கரைந்துவிட்ட நாட்டுப்புறக் கலைகளில் வில்லுப் பாட்டுக்கு என்று தனி இடம் உண்டு. நானூறு ஆண்டுகளுக்கு முற்பட்ட தெய்வச்சிலையார் *விறலி விடுதூது* இக்கலை மாடன் கோவிலுடன் தொடர்புடையது எனக் கூறும். இக்கலை பெருநெறிக் கோவிலுடன் தொடர்புடையது என்பதற்கான சான்றுகள் எவையும் கிடைக்கவில்லை.[20] இது முழுக்கவும் நாட்டார் தெய்வ வழிபாட்டுச் சடங்கு சார்ந்த கலை. இதற்குச் சில காரணங்களைக் கூற முடியும்.

வில்லுப்பாட்டுக் கலை அம்மன் கோவில்களில் கட்டாயமாகவும் சுடலைமாடன் கோவில் விழாக்களில் சிறு அளவிலும் நடக்கிறது.

கோவிலின் முக்கியத் தெய்வத்திற்குச் சாமியாடுகின்றவருக்கு அருள் வர வேண்டுமென்றால் வில்லுப்பாட்டுப் புலவர் சாமி வரத்துப் பகுதியைப் பாட வேண்டும் என்னும் கட்டாயம் இன்றும் நடைமுறையில் உள்ளது.

கோவில் விழா நிகழும் முக்கியத் தெய்வத்தின் கதையையே வில்லுப்பாட்டு நிகழ்ச்சியில் பாட வேண்டும். அந்தக் கோவில் தொடர்பான சிறப்புச் செய்திகளையும்கூடப் பொதுக்கதை யிலிருந்து தனித்துப் பாட வேண்டும்.

வில்லுப்பாட்டு, கோவில் அல்லாத மேடைகளில் நிகழ்த்தப் படும்போது வழிபாட்டுக் கூறுகள் தொடர்பானவற்றைத் தக்க வைத்துக்கொள்ளுகிறது.

பிளாக்பர்ன் வில்லுப்பாட்டின் அடிப்படையில் வில்லிசை நிகழும் கோவில், வில்லிசை நிகழாத கோவில் எனப் பாகு படுத்திக்[21] கன்னியாகுமரி, சுசீந்திரம் போன்ற கோவில்களில் இக்கலை நிகழவில்லை என்கிறார்[22] [(1980) p. 27].

பெருநெறிக் கோவில்களையும் சிறுநெறிக் கோவில்களையும் பகுப்பதற்கு வில்லிசையை அடிப்படையாக வைப்பது சரியான தல்ல. கலைகள்தாம் கோவில்களைச் சார்ந்து நிற்கும். கோவில் களோ அவற்றின் வழிபாடோ கலைகளை முழுவதும் சார்ந்து அமையா.

வில்லுப்பாட்டுக்குரிய கதைப்பாடல்களைப் பனை ஓலை யில் எழுதிவைக்கும் வழக்கம் திருநெல்வேலி, கன்னியாகுமரி மாவட்டங்களில் சாதாரணமாகக் காணப்படுகிறது. சுடலை மாடன் கதையின் 18 ஏட்டுப் பிரதிகளை ஒரு பஞ்சாயத்தின் கீழ் இருந்த கிராமங்களில் நான் பார்த்திருக்கிறேன். ஒருவரிடம் இந்தக் கதை ஏட்டைக் கேட்டபோது அவர் அதை இலவசமாய் எனக்குத் தந்துவிட்டார்.

1820ஆம் ஆண்டிலேயே நாகர்கோவில் லண்டன் மிஷன் சமயப் பணியாளர்கள் அச்சு இயந்திரத்தைக் கொண்டுவந்து விட்டனர். என்றாலும் 1884ஆம் ஆண்டுவரை அரசுப் பத்திரங் களை ஓலையிலேயே எழுதும் வழக்கம் இருந்திருக்கிறது [Padmanaba Menon, A History of Kerala, (1933) Vol. 3, p. 325].

பிளாக்பர்ன் நாஞ்சில்நாட்டில் வில்லுப்பாட்டுகளை ஓலையில் எழுதிவைக்கின்றனர்; வில்லுப்பாட்டு மரபுக்கு மட்டுமே ஓலையில் எழுதும் போக்கு பரவலாக இருந்திருக் கின்றது என்கிறார் [(1980) : பக். 104]. நாஞ்சில்நாட்டில் வில்லுப் பாட்டு மட்டுமல்ல மாட்டு வாகடம், வர்மம், ஜோதிடம், சிலம்பம், சிற்பம் போன்ற எல்லாக் கலைகளுமே ஓலையில்

தான் எழுதப்பட்டன. இங்கு இப்போதும் குவிந்துகிடக்கும் ஓலைகளே இதற்குச் சான்று.

லண்டன் மிஷன் பணியாளர்கள்கூட ஓலையில் எழுதும் வழக்கத்தை மேற்கொண்டிருந்தனர். கிறிஸ்தவ வேத சங்கீதங் கள், தியானப் பாட்டுகள் எல்லாமே ஓலையில்தான் எழுதப் பட்டன. இத்தகைய ஓலைகள் நாஞ்சில்நாட்டு மயிலாடியில் கிடைத்துள்ளன. கன்னியாகுமரி மாவட்டத்தில் புராட்டஸ் டென்ட் கிறிஸ்தவத்தை முதலில் கொண்டுவந்த ரிங்கிள் டோபி ஓலையில் சில குறிப்புகளை எழுதிவைத்திருந்ததை ஒரு கிறிஸ்தவப் பணியாளர் குறிப்பிடுகிறார். இதைவிட வியப்பான செய்தி 1837இல் தென்திருவிதாங்கூரில் ஒரு பெண் ஓலையில் எழுதி வைத்திருந்த விவிலியத்தை அருள் பணியாளர் மீட் கண்டிருக் கிறார். அப்போது நாகர்கோவிலில் அச்சகம் வந்துவிட்டது. இதனால் ஓலையில் எழுதும் பழக்கம் வில்லுப்பாட்டுக்கு மட்டு மல்லாமல் பொதுவாகவே 19ஆம் நூற்றாண்டு இறுதிவரை இருந்தது.

பொதுவாகக் கதைப்பாடல்களிலிருந்து வில்லுப்பாட்டு தனியே பிரிந்து இயங்கியதற்கு அதன் நாட்டார் தன்மையே ஒரு முக்கியக் காரணம். பிளாக்பர்ன் வில்லுப்பாட்டையும் சாஸ்திரிய சங்கீதத்தையும் வாய்மொழி மரபுடையவை என்கிறார். நாஞ்சில்நாட்டில் வாய்மொழி மரபுடைய பாட்டு, கதை, ஆட்டம் ஆகியவற்றில் ஹரிகதை, வில்லுப்பாட்டு, பஜனை, கணியான் ஆட்டம் ஆகியவற்றை அடக்குகிறார் [(1980) பக். 92, 100].

நாஞ்சில்நாட்டு ஹரிகதை வாய்மொழி மரபில் வந்தது என்னும் பிளாக்பர்னின் கருத்து பொருத்தமில்லாதது. ஹரிகதை என்னும் கலையைத் தஞ்சை மராட்டிய மன்னர்களே தமிழ் நாட்டில் பரப்பினர் [சோமலெ, *தமிழ்நாட்டு மக்களின் மரபும் பண்பாடும்*, (1973) பக். 192]. தஞ்சைக்கும் திருவிதாங்கூருக்கும் உள்ள கலாச்சாரத் தொடர்பே இங்கு ஹரிகதையைக் கொண்டு வந்திருக்கிறது.

தென்திருவிதாங்கூர்ப் பகுதிகளில் சாஸ்திரிய சங்கீதமும் சதிர் நடனமும் பிற்காலச் சோழர் காலத்தில் அறிமுகமாகி விட்டன. கி.பி. 11ஆம் நூற்றாண்டில் தஞ்சையில் கலை வளர்த்த தேவரடியார்கள் தென்திருவிதாங்கூருக்கு அறிமுகப்படுத்தப் பட்டனர். திருவையாறு தியாகராஜரின் பரம்பரையினரான கன்னையா பாகவதர், தஞ்சை வடிவேலு நட்டுவன், பரமேஸ்வர பாகவதர் ஆகியோர் திருவிதாங்கூர் சமஸ்தானத்தில் இருந்திருக் கின்றனர். இன்றைய கன்னியாகுமரி மாவட்டமான பழைய தென்திருவிதாங்கூரில் ராகவாரியார், பொன்னையா நட்டுவன்

என்னும் இசை விற்பன்னர்கள் இருந்தனர். எனவே நாஞ்சில் நாட்டு வில்லுப்பாட்டை நெறிப்படுத்தப்பட்ட சங்கீத மரபுடன் இணைப்பது பொருத்தம் அல்ல. ஒரே சமயத்தில் தனித்தனியே இரண்டு கலைகளும் வளர்ந்திருக்கலாம்.

வில்லுப்பாட்டை வாய்மொழி மரபாகக் கருதும் பிளாக்பர்ன், "வில்லுப்பாட்டுக்கு மூலபாடம் முக்கியம்; அதனால் கதை சொல்லல், சடங்கு, வழிபாடு ஒட்டிய நிகழ்ச்சிகள் எல்லாம் மூலபாடத்தை மையமாகக்கொண்டு இயங்குகின்றன. நாட்டுப்புறத் தெய்வங்களின் கோவில் விழாக்களைப் பிறப்பு இறப்பு தொடர்பான கதைகளே தீர்மானிக்கின்றன.[23] மூலபாடக் கதையை நிகழ்த்தும்போது அதற்குத் தகுந்தவாறு கோவில் சடங்கு நிகழ்ச்சிகளும் நிகழும்; வில்லுப்பாட்டுக் கதையின் அம்சங்கள் சடங்கு நிகழ்ச்சிகளின் போக்கை ஒத்துப்போகும்" என்கிறார் [(1980) p. 19].

பிளாக்பர்னின் இந்தக் கொள்கைப்படி பார்த்தால் கோவில் விழாச் சடங்குகள் வில்லுப்பாட்டு மூலக்கதைகளின் கிரமப்படி நடக்கின்றன என ஆகிறது. இது பொருந்தாத கருத்து.

வில்லுப்பாட்டுக் கதைப்போக்கிற்கும் சாமி ஆட்டத்திற்கும் தொடர்பு உண்டு. முக்கியத் தெய்வத்தைச் சாமியாடியின் மேல் ஏற்றும் செயலைக் கலைஞர் செய்வதாகக் கொள்ளலாம். வில்லுப்பாட்டுக் கதைகளில், கொலையுண்ட கதைத் தலைவனின் கொலைபடு நிகழ்ச்சிகளைப் புலவர் பாடும்போது சாமியாடி நாடகியப்படுத்தியவாறு ஆடிக்காட்டுவது என்பது குறிப்பிட்ட கோவில்களில் மட்டுமே நடக்கிறது.[24] இது பொதுவிதி அல்ல.

நாட்டுப்புறத் தெய்வ விழாக்களின் பிற கூறுகளான காப்புக் கட்டல், பலிகொடுத்தல், மஞ்சள் நீராடல், தீமிதித்தல், சுடு காட்டுக் குழிக்குள் செல்லல் போன்ற சடங்குகளுடன் வில்லிசைக் கலைக்குப் பெரிய அளவில் தொடர்பில்லை. இவற்றோடு தொடர்புள்ள கலையாகக் கணியான் ஆட்டத்தைக் கூறலாம் (பார்க்க: *கணியான் ஆட்டம்* கட்டுரை).

நாட்டுப்புறத் தெய்வக் கோவில் விழாவில் வில்லுப்பாட்டு, கணியான் ஆட்டம், கரகாட்டம் போன்ற நாட்டார் கலைகளும் வேறு கலைநிகழ்ச்சிகளும் ஏற்பாடு செய்யப்பட்டிருந்தால் வில்லிசை நிகழ்ச்சிக்கு நேரம் குறைவாக ஒதுக்கப்படும். இதனால் இக்கலை வழிபாட்டுச் சடங்கைக் கிரமப்படி நடத்துகிறது என எப்படிச் சொல்ல முடியும்?

குறிப்பிட்ட சில தெய்வங்கள் பற்றிய கதைகள் வாய்மொழியாக மட்டுமே உள்ளன.[25] இத்தகு தெய்வங்களின் விழாக்களில்

நிகழ்ச்சி நடத்தும் கலைஞர் கோவிலைச் சார்ந்தவரிடம் அந்தத் தெய்வம் பற்றிய கதையைக் கேட்டுப் பாடுவார். இதே தெய்வங் களுக்குச் சாமியாடுவதற்காகப் புலவர் பாடும் வரத்துப் பாடல் சுடலைமாடன் கதைப்பாடலில் உள்ளதாக இருக்கும். அதாவது விழா நடக்கும் கோவிலின் முக்கியத் தெய்வத்துக்குத் தொடர் பில்லாத வேறு ஒரு பிரபலமான கதைப்பாடலின் பகுதியைச் சாமியாடிக்கு அருள்வருமாறு அவர் பாடுவார். அப்படியானால் வில்லுப்பாட்டு, கோவில் சடங்கை மையப்படுத்தியே நடக்கிறது என அறுதியிட்டுக் கூற முடியாது.

தமிழ்க் கதைப்பாடல்களை ஆராய்கின்றவர்கள் வில்லுப் பாட்டு, கணியான் ஆட்டம் போன்ற கலை வடிவங்களையும் கும்மி, பாட்டு, போர் என முடிகின்ற பாடல்களையும் கருத்தில் கொண்டே ஆராய்கின்றனர் [வானமாமலை (1971), பக். 18]. ஆனால் வில்லுப்பாட்டும் கணியான் ஆட்டக் கலைக்குரிய பாட்டும் கதைப்பாடல்களிலிருந்து வேறானவை. இவ்விரு வடிவங்களும் அம்மானையைத் தங்கள் வடிவங்களாக மாற்றிக் கொண்டதால் இவை அச்சில் வரவில்லை என்பர் [லூர்து (1981), பக். 134].

கதைப்பாடல்களின் அமைப்பிலிருந்து இந்த இரண்டு வடிவங்களும் மாறுபடுவதற்குக் காரணங்களாகக் கலைஞர்கள், ரசிகர்கள் ஆகியோரின் தரங்களுக்கு ஏற்றவாறு கதை வடிவத்தை மாற்றுதல், கலைநிகழ்ச்சியின் கால அளவுக்குத் தக்கவாறு கதையைச் சுருக்கிக்கொள்ளுதல்[26] ஆகியவற்றைக் கூறலாம்.

வில்லுப்பாட்டிலும் கணியான் ஆட்டத்திலும் பாடுபவர் செய்யும் மாற்றங்கள் நியதிக்கு உட்பட்டவை அல்ல. இவை மேடைகள் தோறும் வேறுபடலாம். வில்லிசைக்குரிய பாடல்கள் கதைப்பாடல்களின் மாற்று வடிவங்களாயினும் இவை வில்லுப்பாட்டுக் கலைக்கு என எழுதப்பட்டவை. இதற்கு வில்லுப்பாட்டு மூலங்களில் சான்றுகள் உள்ளன.[27]

தென்தமிழ்நாட்டில் கிடைக்கின்ற (பி.இ. எண் – 1) வில்லுப் பாட்டுக் கதைப்பாடல்களின் தன்மை, அவற்றின் போக்கு, கூறும் செய்திகள் ஆகியவற்றின் அடிப்படையில் புராணத் தன்மை கொண்ட புராணக்கதைகள், சமூக வரலாற்றுத் தொடர்புடையவை என இரண்டு பிரிவுகளாகப் பகுக்கலாம்.

புராணப் பகுப்பில் சிவ புராணம், கந்த புராணம், பாரதம் போன்ற கதைகள் தொடர்பாக உருவான வில்லுப்பாட்டுக் கதைகள் அடங்கும் (*இரண்ய சம்ஹாரம், வலைவீசிய கதை, சாத்தா வரலாறு*). புராணத் தன்மை கொண்ட பகுப்பில் மரபுவழிப் புராணங்களின் கதைத் தன்மையைக் கொண்டு

விளங்குகின்ற கதைகளும் மூலங்களினின்று வேறுபட்டு நிற்கும் கதைகளும் புராணக் கதைமாந்தர்களைக் கிராம மக்களின் ரசனைக்கேற்ப மாற்றி அமைத்து விளங்குகின்ற கதைகளும் புதிய புராண நிகழ்ச்சிகளைப் படைத்த நிலையில் விளங்குகின்ற கதைகளும் அடங்கும் (எ.கா. *முத்தாராம்மன் கதை, காலசாமி கதை*).

தென்பாண்டிச் சிற்றரசுகள், பாளையங்கள், திருவிதாங்கூர் பகுதிகளில் வாழ்ந்த குறுநிலத் தலைவர்கள் குறித்த செய்தி களின் அடிப்படையில் வரலாற்றுக் கதைப்பாடல்கள் அமைந் துள்ளன (எ.கா. *ஐவர் ராசாக்கள் கதை, கன்னடியன் போர், தம்பிமார் கதை*).

சமூகம் தொடர்பான வில்லுப்பாட்டுகளில் சமூகப் பாது காப்பிற்காகவோ வேறு காரணங்களுக்காகவோ அகால மரண மடைந்தவர்களைத் தெய்வநிலைக்கு உயர்த்திப் போற்றி வணங்குதல் விவரிக்கப்படுகிறது.

சமூகக் கதைப்பாடல்களில் சமூகத்தின் பாதுகாப்பிற்காகத் திருடரையோ பகைவரையோ எதிர்த்துக் கொலையுறுதல், சாதிக் காழ்ப்பு, திருமணம் காரணமாகக் கொலையுறுதல், சொத்துரிமை அல்லது சமூக அந்தஸ்தை நிலைநாட்டல் ஆகிய வற்றால் கொலையுறுதல் போன்றவற்றின் அடிப்படையில் தெய்வமாகும் சிறப்பு குறிக்கப்படுகிறது (எ.கா. *முத்துப்பட்டன் கதை, சின்னத்தம்பி கதை, பூலங்கொண்டாள் அம்மன் கதை, சிதம்பர நாடார் கதை*).

சமூக வில்லுப்பாட்டுகளை ஆராய்ந்த பிளாக்பர்ன் மக்கள் வழி, மருமக்கள்வழிப் பாகுபாட்டால் மண உறவுகள் மறுக்கப் பட்டிருக்கின்றன என்கிறார் (1980, பக். 5). இதற்கு அவர் உதாரணமாகத் *தோட்டுக்காரி அம்மன் கதையைக்* காட்டுகிறார். இந்தக் கதைப்பாடலில் திருமண மறுப்பின் காரணமாக முரண் படுகின்ற குமரப்பன், கோனாண்டி இருவரும் மக்கள் வழியின ராகவே காட்டப்பட்டுள்ளனர். ஆறுமுகப்பெருமாள் நாடார் பதிப்பித்த *தோட்டுக்காரி அம்மன்* (1981) நூலில் மருமக்கள் வழி பற்றிய குறிப்பு ஒரு இடத்தில்கூட இல்லை.

பிளாக்பர்ன் நாஞ்சில் நாட்டு வில்லுப்பாட்டுகளில், இங்கு வழக்கில் இருந்த மரபுவழிப் புராணக் கதைகளின் செல்வாக்கு படிந்துள்ளதை மானிடவியல் கோட்பாட்டின் அடிப்படையில் நிறுவுகிறார்.

இந்திரன் அகலிகையைக் கெடுத்ததால் கௌதமரால் சாபம் பெற்று அலைந்தது; உடம்பில் ஆயிரம் யோனிகளுடன்

சாபவிமோசனத்துக்கு வந்தது; அனுசூயை மும்மூர்த்திகளைக் குழந்தைகளாக்கி அவர்களின் முன்னே நிர்வாணமாக நின்றது; பகவதி அம்மனை மணக்கத் தாணுமாலயன் முயன்றது; ஆனால் அதற்குத் தடங்கல் ஏற்பட்டது ஆகிய புராண நிகழ்ச்சிகள் பாலுணர்வு முரண்பாட்டைக் காட்டுகின்றன. பெண் தெய்வத்தின் கற்பு வலிமையையும் ஆண், பெண் பாலுணர்வு முரண்பாட்டையும் இவை காட்டுகின்றன. இவற்றுடன் தமிழர், மலையாளி முரண்பாட்டையும் சேர்த்துக்கொள்ளலாம். இவை வில்லுப்பாட்டுக் கதைகளில் படிந்துள்ளன என்கிறார் பிளாக்பர்ன் (1980, பக். 74). இக்கருத்து கொஞ்சமும் பொருத்தமாகப்படவில்லை.

வில்லிசைப் பாடல்களில் மண உறவு மறுக்கப்படுவதற்குச் சாதியும் அந்தஸ்தும்தான் காரணங்களாக அமைகின்றன. தமிழர், மலையாளி முரண்பாடு வில்லுப்பாட்டுக் கதைகளில் இல்லை என உறுதியாகக் கூற முடியும். திருவிதாங்கூர் அரசரான மார்த்தாண்டவர்மாவைப் பற்றிய கதைப்பாடல்களில்கூட இந்தக் கூறு இல்லை. அது மட்டுமன்றி மலையாள அரசர்களுக்குத் தமிழ் மக்கள் உதவிய செய்தி இக்கதைகளில் வருவதையும் இங்கு நினைத்துப் பார்க்கலாம்.

வில்லுப்பாட்டுக் கதைகள் அச்சில் வந்ததற்குத் தனியான சில காரணங்கள் உள்ளன. அச்சில் வந்த வில்லுப்பாட்டுக் கதைகளை (அ) ஆரம்ப காலத்தில் வில்லிசைக் கலைஞர்களின் தேவைக்காகவும் ரசிகர்களின் விருப்பத்திற்காகவும் தனிப்பட்டவர்களோ பதிப்பகங்களோ வெளியிட்டவை, (ஆ) பிற்காலத்தில் ஆராய்ச்சியாளர்களும் பதிப்பகங்களும் ஆய்வு நிறுவனங்களும் வெளியிட்டவை என வகைப்படுத்தலாம்.

வில்லிசை நிகழ்ச்சியில் பாடுவதற்கு எழுதப்பட்டவையாக உள்ள பாடல்களில் ஏறத்தாழ 80 அளவில் அச்சில் வந்துள்ளன [பெருமாள் (2003), பக். 210]. இவற்றை 41 பேர் பதிப்பித்துள்ளனர். சில பதிப்பகங்கள் பதிப்பாசிரியர் பெயரின்றி மூலங்களை மட்டும் வெளியிட்டுள்ளன. ஆக ஒரே கதையின் வெவ்வேறு பதிப்புகளையும் சேர்த்து 119 அளவில் வில்லிசைப் பாடல்கள் வெளிவந்துள்ளன. இவை தவிர ஏட்டு வடிவிலும் கையெழுத்து வடிவிலும் பல்வேறு சுவடிப் பாதுகாப்பு மையங்களிலும் ஆய்வு நிறுவனங்களிலும் 66 கதைகள் உள்ளன (மேற்படி, பக். 213).

பிளாக்பர்ன், என்.எஸ். கிருஷ்ணனின் காந்திமகான் கதைதான் முதலில் அச்சில் வந்த வில்லுப்பாட்டு; 1950இல் வெளியிடப்பட்ட இப்பாட்டே கன்னியாகுமரி மாவட்டத்தில் அச்சான முதல் வில்லுப்பாட்டு என்கிறார் [(1980) பக். 113 –

114)]. மேலும் இவர், வில்லிசைப் பாடல்களின் பிரதி ஒரு அண்ணாவியிடமிருந்து இன்னொரு அண்ணாவிக்கு வந்தது என்றும் இதன் கடைசித் தலைமுறை *தோட்டுக்காரி அம்மன் கதை* எழுதிய அகஸ்தீஸ்வரம் ஆறுமுகப்பெருமாள் நாடாருடன் முடிகிறது [(1980) பக். 27] என்றும் அவர் மட்டுமே வில்லுப் பாட்டுக் கதை புனைந்தவர்களில் இன்றும் உயிரோடு இருக்கிறார் என்றும் கூறுகிறார் [(1980) பக். 109].

1950இல்தான் வில்லுப்பாட்டு முதலில் அச்சில் வந்தது என்பது தவறான தகவல். 1933ஆம் ஆண்டு வெளிவந்த *தென் உவரி சுயம்புலிங்கசுவாமி பேரில் கீர்த்தனை* என்னும் நூலின் பின்னட்டையில் *சுடலை மாடசாமி கதை, முத்துப்பட்டன் கதை, சிறுத்தொண்டன் விற்கவிதை, சாத்தா வரலாற்று விற்கவிதை, முத்தாரம்மன் விற்கவிதை, தக்கராஜன், பார்வதி யம்மன் விற்கவிதை* ஆகியன கிடைக்கும் என்னும் விளம்பரம் உள்ளது. இந்த நூல்கள் எல்லாம் நாகர்கோவில் ஜே.எ. ஹாமஸ் பிரசில் அச்சிடப்பட்டவை. இவற்றின் விற்பனை உரிமையைக் கிருஷ்ணாபுரம் மு. பெருமாள்நாடார் வைத்திருந்தார்.

1943இல் *திவான் வெற்றி* வில்லுப்பாட்டைத் திருவிதாங்கூர்ப் பல்கலைக்கழகம், திருவனந்தபுரம் வெளியிட்டிருக்கிறது.

இன்று (1980) வில்லுப்பாட்டு புனைவதில் அகஸ்தீஸ்வரம் ஆறுமுகப்பெருமாள் நாடார் மட்டுமே உள்ளார் என்று பிளாக்பர்ன் கூறுவதும் தவறான தகவல். நான் இதை ஒருமுறை கிராமியக் கலைஞர்கள் சங்கக் கூட்டமொன்றில் சொன்ன போது (2005), வயதான வில்லுப்பாட்டுக் கலைஞர் சித்திரைக் குட்டி வாய்விட்டுச் சிரித்தார். "நம்ம சங்கத்திலேகூட வில்பாட்டு எழுதப் பத்து பேர் தேறுவார்கள்" என்றார். கலைமாமணி முத்துசாமிப் புலவர், "நான் 1992இல் நாகர்கோவில், பீச்ரோடு ஜங்ஷனில் உள்ள அஷ்டபுவனேஸ்வரி கோவிலுக்கு ஒரு வில்பாட்டை ஏட்டில் எழுதிக்கொடுத்தேன்" என்றார்.

வில்லிசைக் கலை சடங்கு சார்ந்த கலை. அதனால், நிகழ்த்தும் முறையில் மாற்றங்களைப் பெற்றாலும் அது தனித் தன்மையை இழக்கவில்லை. கோவில்களில் பாடும் தொழில் முறைக் கலைஞர்கள் இதைத் தக்கவைத்துக்கொண்டுள்ளனர். வில்லிசைக் கலை ஆரம்ப காலத்திலிருந்து இன்றைய நிலையில் அடைந்துள்ள மாற்றங்களைப் பொதுவாக,

அ) இசைக் கருவிகளின் எண்ணிக்கையும் கலைஞர்களும் அதிகரித்துள்ளது;

ஆ) ராகத்துடன் இருந்த புலவரின் கதை விளக்கம் சொற் பொழிவுத் தன்மையாக மாறியுள்ளது;

யாளர்கள் பேசிக்கொண்டிருந்ததைக் கவனித்தேன். உரையாடலில் ஒருவர் கேட்டது: 'கோமரத்தாடிக்கு (சாமியாடி) ஆராசனை (அருள் வருதல்) வரவில்லையே?' மற்றொருவர் சொன்னது: 'அம்மனுக்கு முன்னால வில்லு பாடாம வேறு எங்காவது வச்சுப் பாடினா அம்மன் வரவா செய்வா?'

4. தானதந்தனா – ஏழு
சந்தங்களும் தாளத்தோடு
ஆன பம்பை உறுமி தக்கை – துந்திமியோடு
அத்தனையும் மேளத்தோடு

என்பது பழம்பாடல். பம்பை, உறுமி, தக்கை, துந்துபி ஆகிய தோலிசைக் கருவிகள் வில்லுப்பாட்டுக் கலையில் பயன் பட்டதாகக் கூற இப்பாடலை மேற்கோள்காட்டுவர்.

5. பூட்டுதல் என்பதற்கு இங்கு வில்லிசைக் கருவியைப் பொருத்துதல் என்று அர்த்தம். உழவுக்குப் பயன்படும் ஏரின் பாகங்களைப் பொருத்துதலையும் ஏர்பூட்டுதல் என்றே நாஞ்சில்நாட்டில் குறிப்பிடுகின்றனர்.

6. ஒலிபெருக்கி வருவதற்கு முன்பு விற்கதிரில் உள்ள மணி களின் எண்ணிக்கை 9, 11, 13 என இருந்தது. அதிக எண்ணிக்கையிலான மணிகளின் சப்தம் ஒலிபெருக்கி யில் கேட்கும்போது புலவரின் பாட்டும் பேச்சும் அடங்கி விடுவதால் அவற்றின் எண்ணிக்கையைக் குறைத் துள்ளனர். எப்படியாயினும் மணிகளின் எண்ணிக்கை ஒற்றைப்படையிலேயே இருக்கும்.

7. திருநெல்வேலி மாவட்டத்தில் சில கிராமங்களில் குடம் வைப்பதற்குரிய வைக்கோல் பிரியைக் கோவிலைச் சார்ந்தவர்களே முறுக்கிக் கொடுக்கும் வழக்கம் 5 ஆண்டு களுக்கு முன்புவரை இருந்தது.

8. கன்னியாகுமரி மாவட்டத்தில் தாழக்குடி (தோவாளை வட்டம்), திருநயினார் குறிச்சி, பெருஞ்சவிளை (கல்குளம் வட்டம்) ஆகிய ஊர்களிலும் திருநெல்வேலி மாவட்டம் ஸ்ரீவைகுண்டம் வட்டம் ஏரலிலும் 'குடம்' செய்யும் குயவர்கள் உள்ளனர்.

9. உடுக்குக்கு உடும்புத்தோல் சிறப்பானது. உடுக்கின் இடது பக்கம் மெல்லிய ஜவ்வாலும் வலது பக்கம் ஆட்டுத் தோலாலும் மூட வேண்டும் என்பது மரபு.

10. *நாட்டுப்புறவியல்*, தொ. 3, 4, ஜனவரி – டிசம்பர் 1988 – 1989, பக். 140.

இ) தெய்வம் தொடர்பான கதைகள் மட்டுமே பாடு பொருளாய் இருந்த நிலைமாறி அரசியல் தலைவர்கள், விடுதலை வீரர்கள் ஆகியோரின் வரலாறுகளும் இலக்கியக் கதைகளும் பாடுபொருளாகியுள்ளது;

ஈ) கோவிலும் தெய்வமும் சார்ந்த கலையாகக் கோவில் மேடையில் மட்டுமே நிகழ்ந்த நிலை மாறிப் பொது வுடைமை, நாத்திகக் கருத்துகளைக் கூறும் மேடை யிலும் பிற விழா மேடைகளிலும் நிகழும் நிலைக்கு வந்துள்ளது;

உ) தொழில்முறைக் கலைஞர் மட்டுமே நிகழ்த்திய நிலை யிலிருந்து கலை ஆர்வம் உடைய பிறரும் நிகழ்த்தும் நிலைக்கு வந்திருப்பது;

ஊ) கலைநிகழ்ச்சி நிகழும் காலம் கட்டுப்படுத்தப்பட்டுள்ளது

என்பவையாக அடையாளம் காணலாம்.

◆◆

குறிப்புகள்

1. விநாயகர் குடம் போட – வெற்றி
   வேலவர் வலம் பாட
   பார்வதியாள் வில்லடிக்க – எங்கள்
   பரமசிவன் கதைகள் கேட்க

என்னும் பழம்பாடலிலும்

வில்லை வளைச்சு அம்பை மாட்டினா
சொல்லும் செயலாகும் – தம்பி
சொல்லும் செயலாகும்

என்னும் பாடலிலும் குறிப்பிடப்படும் 'வில்' என்னும் சொல் கலையையும் குறிக்கும்.

2. வில் என்னும் ஆயுதத்தை இசைக் கருவியாகப் பயன் படுத்தும் வழக்கம் ஆஸ்திரேலியா போன்ற வேறு நாடு களிலும் இருந்திருக்கிறது. சோட்டா நாகபுரியில் வில்லிசைக் கலைஞர்கள் இருந்தனர். தமிழ்நாட்டு வில்லிசைக் கருவி எப்போதும் கோவில் சார்ந்துதான் இருந்திருக்கிறது [Stuart Hart Blackburn (1980) p. 78].

3. கன்னியாகுமரி – திருநெல்வேலி மாவட்ட எல்லையில் உள்ள அஞ்சுகிராமம் என்னும் ஊரில் இசக்கி அம்மன் கோவில் விழாவில் நான் வில்லுப்பாட்டு நிகழ்ச்சியைப் பார்த்துக்கொண்டிருந்தபோது இரண்டு பார்வை

11. கே.ஓ. மாதவன், கே. ஓ. தங்கப்பா ஆகிய இருவரையும் நான் சந்தித்தபோது வில்லுப்பாட்டுக் கலையைத் தாங்கள் ஆரம்பித்த வருடம் 1969 எனக் கூறினர். சாத்தூர்ப் பிச்சைக்குட்டி 1969க்கு முன்பே இக்கலையை நிகழ்த்தியவர். அதோடு இவர் நாகர்கோவிலிலேயே பல்வேறு இசைக் கருவிகளுடன் 1965இல் நிகழ்ச்சி நடத்தியிருக்கிறார்.

12. வில்லுப்பாட்டுக் கலைஞர்களில் ஆண்கள் 30 – 50 வயதுக்கு உட்பட்டவர்களாய் இருப்பர் என்கிறார் பிளாக்பர்ன் [(1980) பக். 113]. இது தவறான தகவல். இது குறித்து இராஜாக்கமங்கலம் சித்திரைக் குட்டியிடம் [வயது 80 (2005)] பேசியபோது 78 வயதில் அண்ணாவியாகப் பாடியவர்கள் பலரைத் தனக்குத் தெரியும் என்றார்.

13. கவிமணியின் *மருமக்கள்வழி மான்மியத்தில்* வரும் காரணவர் மருமகனிடம், செலவுக் கணக்கைக் கூறும்போது வில்லுப்பாட்டுக்குச் செலவளித்ததைக் கூறுகிறார். இது,

போன கொடைக்குப் புதிதாய் வந்த
வில்லுக்காரி வீரம்மைக்கு
நாலு சேலையும் ரூபாய் நாற்பதும்
கொடுத்தது நீயும் கூடி அல்லவா

எனக் குறிப்பிடப்படுகிறது.

14. இவர்கள் மகாத்மா காந்தி, ஜீவானந்தம், பாரதி, வ.உ.சி., காமராசர் போன்ற தலைவர்களைக் குறித்தும் *சிலப்பதிகாரம், பாஞ்சாலி சபதம்* போன்ற இலக்கியக் கதைகளையும் நிகழ்ச்சிக்கென்றே தயாரித்து வைத்திருக்கின்றனர்.

15. வில்லுப்பாட்டுப் புலவருக்கு 2½ பங்கு
குடம் அடிப்பவருக்கு 1½ பங்கு
உடுக்கு அடிப்பவருக்கு 1¼ பங்கு
கட்டை அடிப்பவருக்கு 1¼ பங்கு
சால்ரா அடிப்பவருக்கு 1¼ பங்கு
துணைக்கலைஞரான பெண்ணுக்கு 1 பங்கு.

இந்நிலை இப்போது மாறிவருகிறது.

16. *பொன்னிறத்தாள் அம்மன் கதை* இதற்கு நல்ல உதாரணம். இந்தக் கதையில் சில பகுதிகளைப் பாடுவதற்கு முன்பு குழந்தைகளையும் கர்ப்பிணிகளையும் வீட்டிற்குச் சென்று விடுங்கள் என்று முக்கியக் கலைஞரே வேண்டிக்கொள்ளுவார்.

17. கன்னியாகுமரி மாவட்டம், விளவங்கோடு வட்டம் மண்டைக்காட்டில் உள்ள பகவதியம்மன் கோவிலில் நிகழும் வில்லுப்பாட்டு நிகழ்ச்சியில் குறிப்பிட்ட கதை பாடப்படுவதில்லை. வில்லிசைப் புலவருக்குப் பணம் கொடுக்கின்ற பக்தரின் ஊரையும் அந்த ஊரிலிருந்து மண்டைக்காட்டுக்கு வருவதுவரையில் உள்ள ஊர்களையும் வருணித்துப் பாடுவது இதன் சிறப்பு. இதில் விளக்கம் கிடையாது.

18. மலையாளத் தெக்கன் பாட்டுகளில் *இரவிக்குட்டிப் பிள்ளை போர், சாமுண்டி கதை, நீலி கதை, பொன்னிறத் தாளம்மன் கதை, மதிலகத்துக் கதை, மூவோட்டு மல்லன் கதை, வலியகேசி கதை, உச்சினி மாகாளி கதை, உலகுடைய பெருமாள் பாட்டு, கணியாக்குளம் போர், கன்னடியர் போர், தர்மராஜாவின் ராமேஸ்வர யாத்திரை, புருஷாதேவி பாட்டு, பூதத்தான் கதை, பெருங்குளத்துப் போர், முத்தாரம்மன் கதை, வலிய தம்பி குஞ்சு தம்பி கதை, கள்ளியங்காட்டு நீலி கதை, கட்டிலவதானம், காணி சாவு* ஆகியன குறிப்பிடத் தகுந்தன. இவற்றில் ஒன்பது கதைகள் அச்சில் வந்து விட்டன. இக்கதைகளின் பல பகுதிகள் எழுத்து மலையாளமாகவும் மொழி தமிழாகவும் இருப்பதைக் காண முடிகிறது.

19. மலையாள வில்லுப்பாட்டுகளின் சில பகுதிகள்

பற்றி வயிறு எரியுதல்லோ பறம்பாகத் தோன்றுதல்லோ
அழுதாளே தாயாரும் ஆயிழையாள் தங்கையரும்
மன்னருடன் பகைத்தவர்கள் வையகத்தில்
இருப்பதுண்டோ?

(*வலிய தம்பி குஞ்சு தம்பி கதை*)

மதுரை மன்னன் என்னொடு செய்தொரு
மதிகபடங்கள் அசேஷா மீதானம்
மதிமான்மாரும் மந்திரிவரன் மாரும்
மதியில் மறந்திக மருவீடுகையோ
பாதசீயாம் அவனவன் இவடெயே
பிரேபுரத்தின் இருக்கனும் என்னதி
யேது எனக்கொரு சம்சயம் இல்லா

(*உலகுடையார் பாட்டு*)

20. வில்லிசைக் கலையை முழுக்கவும் வழிபாட்டுக் கூறாகவே ஆராய்கின்ற பிளாக்பர்ன், “சிவன், பிரம்மா, விஷ்ணு, கணேசன், பார்வதி ஆகிய தெய்வங்களை வழிபடும்

கோவில்களில் வில்லுப்பாட்டு நிகழ்த்தப்படவில்லை" என்கிறார். இவர், 'Temple managed by a small group of Bramins have local patronage but do not participate in the villu pattu tradition because their deities are pan - Indian and not local' என்கிறார் [(1980) p. 140]. இவர் இதே கருத்தை வேறு இடங்களிலும் வலியுறுத்துகிறார் (p. 142, 148).

21. பிளாக்பர்ன் குமரி மாவட்டம் சுசீந்திரம் தாணுமாலயன் கோவிலில் உள்ள தெய்வத்தைத் தாணு (சிவன்), மால் (விஷ்ணு), அயன் (சாஸ்தா) எனப் பொருள் கொள்ளு கிறார் [(1988) பக். 246]. அயன் என்பதை அவர் அய்யன் எனக் கருதி சாஸ்தாவாக்கிவிட்டார். இங்கு அயன் என்பது பிரம்மாவைக் குறிக்கும்.

22. நாஞ்சில்நாட்டுக் கோவில்களை வில்லுப்பாட்டுக் கலை யின் அடிப்படையில் பிளாக்பர்ன் பாகுபடுத்துவது அவ்வளவு பொருத்தமாகப்படவில்லை. மேலும் நாஞ்சில் நாட்டு நாட்டார் தெய்வக் கோவில்களைப் பற்றிய பிளாக்பர்னின் தகவல்களும் தவறாக உள்ளன என்பதை யும் இங்குக் குறிப்பிட வேண்டியிருக்கிறது.

நாஞ்சில்நாட்டு நாட்டார் கோவில்கள் ஒவ்வொன்றிலும் 21 தெய்வங்கள் உள்ளன. மக்கள் இவற்றை அடையாளம் காட்டுகின்றனர் என்கிறார் பிளாக்பர்ன் [(1988) பக். 229].

இருபத்தொரு தெய்வங்கள் எனப் பிளாக்பர்ன் குறிப்பிடுவது வாதைகள் என்னும் தெய்வங்களைத்தான். வாதைகள் என்பவை பேய்கள். இவை பற்றிய கதை *வாதைகள் கதை*. இது *மன்னராஜா கதை* என்றும் வழங்கப்படுகிறது. வாதைகளுக்குரிய தனிக் கோவில்களை விரல்விட்டு எண்ணிவிட முடியும். அதுபோலவே பிற நாட்டுப்புறத் தெய்வக் கோவில்கள் ஒவ்வொன்றிலும் 21 தெய்வங்கள் (வாதைகள்) உள்ளன என்பதும் தவறான தகவல்.

நாஞ்சில்நாட்டில் எல்லா ஊர்களிலும் மாரியம்மன் கோவில்கள் உள்ளன; முத்துப்பட்டன் வழிபாடு நாஞ்சில் நாட்டின் கிழக்குப் பகுதியில் பரவலாக உள்ளது [(1980) பக். 155] என்னும் பிளாக்பர்னின் தகவலும் தவறானது.

23. . . . *The key contrast between birth stories and death stories, for instance, determines the sequence of performances in a temple festival.*

Black Burn 1988, p. 18.

24. திருநெல்வேலி மாவட்டம் வள்ளியூர் அருகே சித்தூர் ஊரில் உள்ள தென்கரை மகராசன் கோவிலின் துணைத்

தெய்வமாக இருக்கும் வன்னியன்சாமி கோவில் விழாவில் வில்லுப்பாட்டு நிகழ்ச்சியின் கதைப்போக்குக்கு ஏற்பச் சாமியாடிகள் ஆடுவர். இக்கோவிலில் திருடிய வன்னியர்கள் ஏழுபேரைக் காவலர் பிடிப்பது, சங்கிலியால் பிணைப்பது, வெட்டிக் கொல்வது ஆகிய நிகழ்ச்சிகளை வில்லுப்பாட்டுக் கலைஞர் பாடும்போது சாமியாடிகள் எழுவரும் தங்களைச் சங்கிலியால் பிணைத்துக்கொள்வதும் வாளால் வெட்டிக்கொள்வதும் தரையில் விழுவதுமான செய்கைகளை நடத்திக்காட்டுவர். இதற்கு இன்னொரு சான்று எட்டுக் கூட்டத் தம்புரான் கதை.

25. இதற்கு எடுத்துக்காட்டான கதைகள்: இடைக் கரைபுலை மாடசாமி கதை, கசமுத்துச் செட்டி கதை, சந்தியடி மாடன் கதை, புது நைனார் கதை, மதுசூதனப் பெருமாள் கதை ஆகியன.

26. நாட்டுப்புறத் தெய்வக் கோவில் விழாவில் முக்கியத் தெய்வத்திற்குக் குறிப்பிட்ட நேரத்தில் பூஜைசெய்ய வேண்டிய கட்டாயம், விழாவில் வேறு நிகழ்ச்சிகளுக்கு இடம் கொடுக்க வேண்டிய தேவை ஆகியவற்றால் நிகழ்ச்சி நேரம் குறைக்கப்படுவதுண்டு. இது அவ்விழாவின் நிலையைப் பொறுத்தது.

27. கிருஷ்ணசாமி கதை ஆ.இ. பக். 1
குமரி மண்டல வரலாறு 1966 பக். 3
பெருமாள்சாமி கதை 1979 பக். 58
வள்ளியம்மன் கதை ஆ.இ. பக். 1
வெள்ளைக்காரன் கதை 1983 பக். 27
சிதம்பர நாடார் கதை 1982 பக். 1.

வில்லடிப் பாட்டுக்கும் மேள தாளத்திற்கும்
வித்தாரம் பேசும் நீலன்

நீலசாமி கதை ஏடு

நிறுத்தியே போன கதை நீணிலத்தில் வில்லில்
திருத்தியே பாடிநிற்க பத்மநாபன் காப்பான்

சோமாண்டி கதை ஏடு

அருள்புரிவாய் ஈஸ்வரனே அடியேன் வில்லில் கதைபாட

காலசாமி கதை ஏடு.

கலைவளர்மணி மாலதி குழுவினர்

வரத்துப் பாட்டுக்குச் சாமியாட்டம்

கலைமாமணி சரஸ்வதி குழுவினர்

கலைமாமணி முத்துசாமிப் புலவர் குழுவினர்

கலைமாமணி வில்லிசை சுயம்புராசன் குழுவினர்

வில் நாண்

வில்

குடம்

கட்டை

மணி

வீசுகோல்

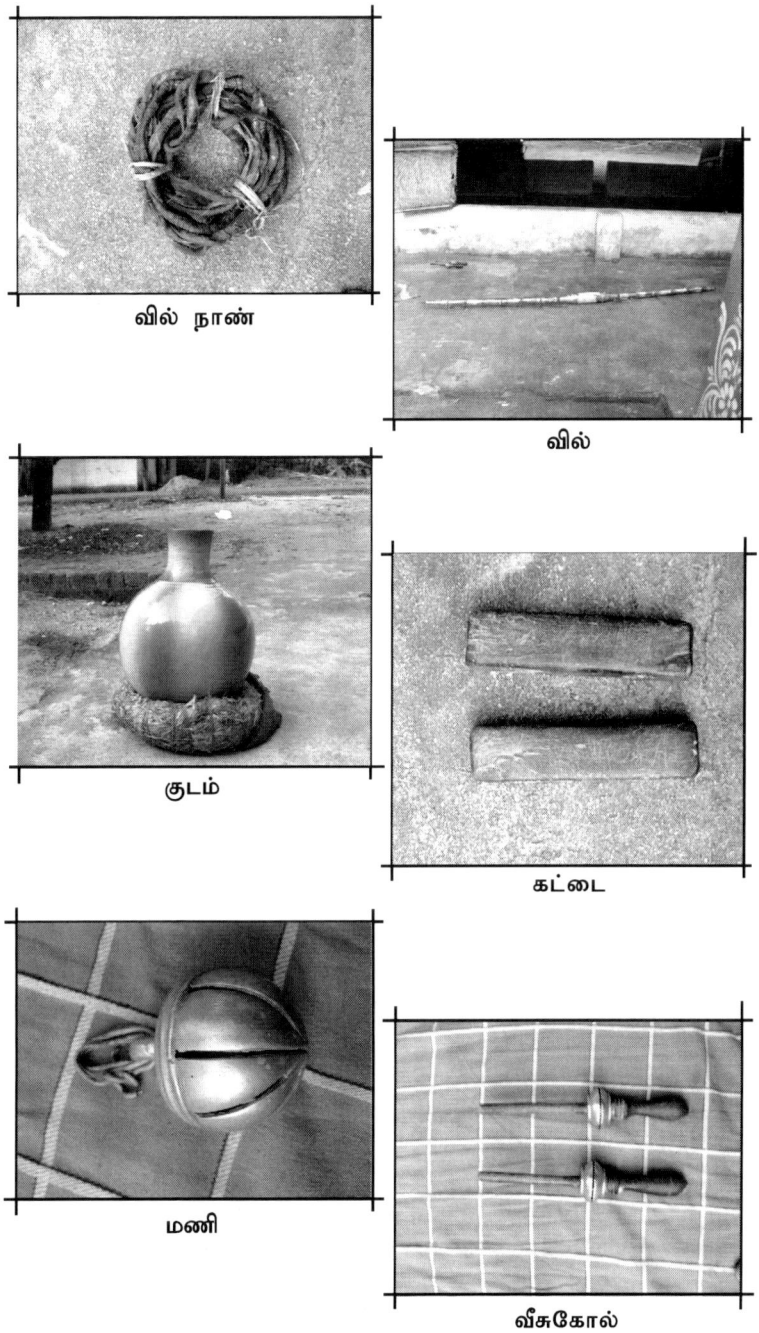

2

கணியான் ஆட்டம்

வழிபாடு, புராணம், சடங்குகள் சார்ந்த நாட்டுப்புறக் கலைகள் தமிழகத்தில் குறைந்த எண்ணிக்கையிலேயே உள்ளன. இவற்றில் தேவராட்டம், சேவாட்டம், மாசிப்பொடி நடனம், வெள்ளைக்கொடை நடனம், மகுடாட்டம், கோலாட்டம், காவடி, உறியடி ஆட்டம், பேயாட்டம், பத்மசாலியார் கூத்து, தெருக் கூத்து ஆகியன இன்றும் வழக்கில் இருப்பவை. இவற்றில் மகுடாட்டம் எனப்படும் கணியான் ஆட்டம் சடங்கு சார்ந்து நிகழ்வது; சடங்கிலிருந்து பிரிக்க முடியாதது.

கணியான் ஆட்டம் எனப் பொதுவாக அழைக்கப்படும் இக்கலையை மகுடக் கச்சேரி என்றும் விளம்பரப்படுத்துகின்றனர். கணியான் சாதியினரால் மட்டுமே நடத்தப்படும் கலை என்பதால் இது கணியான் ஆட்டம் எனப்பட்டது.

மகுடம் என்னும் இசைக் கருவியால் நிகழ்த்திக் காட்டப்படுவதால் இது மகுடக் கச்சேரி ஆயிற்று. சாதியின் பெயரால் கலையை அழைக்கக் கூடாது என்னும் கருத்துப் பரவலின் காரணமாக உருவான பெயர் மகுடாட்டம் அல்லது மகுடக் கச்சேரி.[1] இந்திய விடுதலையை ஒட்டிய காலகட்டங்களில் இக்கலை கூத்து என்றே அழைக்கப்பட்டிருக்கிறது. அவ்வாறே விளம்பரமும் செய்யப்பட்டிருக்கிறது.[2]

நாட்டுப்புறத் தெய்வக் கோவில்களில் கரகாட்டம் பரவலாக நிகழ்ந்தபோது கணியான் ஆட்டம் எனக் கணியான் கூத்து அழைக்கப்பட வேண்டிய சூழலுக்குத் தள்ளப்பட்டிருக்கிறது. சில கிராமங்களில் இதைக் கணியான்பாட்டு என்றே குறிப்பிடுகின்றனர்.

நாட்டுப்புறத் தெய்வக் கோவில்களில் வில்லுப்பாட்டுக் கலைக்குக் கிடைத்த முக்கியத்துவத்தின் காரணமாகக் கணியான் ஆட்டத்தைப் பாட்டு எனக் குறிப்பிடும் வழக்கம் வந்திருக்க வேண்டும். வில்லுப்பாட்டுக் கலையின் தலைமைப் பாடகரைப் போலவே கணியான் ஆட்டக்கலையின் குழுத்தலைவரும் புலவர் அல்லது அண்ணாவி என அழைக்கப்படுகிறார்.

கணியான் ஆட்டம் பற்றி சோமலெ தன் *Folklore of Tamilnadu* (1973) நூலில் ஆணும் பெண்ணுமாக இரண்டு கோமாளிகள் நாட்டுப்புறப் பாடல்களைப் பாடி ஆடுவர். இதை நிகழ்வு எனக் கூற முடியாது என்று குறிப்பிடுகிறார் (பக். 172). இது தவறான தகவல். ஏ.என். பெருமாள் *தாமரை* (1976) மாத இதழில் இக்கலை பற்றிச் சரியான சிறுகுறிப்பைத் தருகிறார். இந்நூலின் ஆசிரியர் இராஜபாளையத்திலிருந்து வெளிவந்த *யாத்ரா* காலாண்டுச் சிற்றிதழில் கணியான் ஆட்டம் பற்றி விரிவான ஒரு கட்டுரை (1980) எழுதியுள்ளார்.

அனந்தசயனம் என்பவர் இக்கலை குறித்து எம்.ஃபில். ஆய்வேட்டைச் (1982) சமர்ப்பித்துள்ளார். இரா. பாலசுப்பிரமணியம் *கணியான் கூத்து* (1986) என்னும் நூலைப் பாளையங்கோட்டையிலிருந்து வெளியிட்டிருக்கிறார். முத்துச் சண்முகம் *நாட்டுப்புற இயல் ஆய்வுக் கோவையில்* (1988) *வில்லிசையும் கணியான் கூத்தும்* என்னும் தலைப்பில் விரிவான கட்டுரை எழுதியுள்ளார். அதே இதழில் (1987) *இறைவழிபாட்டில் கணியான் ஆட்டம்* கட்டுரையை அனந்தசயனம் எழுதியுள்ளார்.

மதுரையிலிருந்து மு. ராமசாமி நடத்திய *விழிகள்* இதழில் *கணியான் கூத்தும் சாக்கையர் கூத்தும்* என்னும் கட்டுரை வந்திருக்கிறது. 1988இல் ஜெயலட்சுமி என்பவர் கணியான் கூத்துக் கலைகள், கலைஞர்கள் பற்றி எம்.ஃபில். ஆய்வேட்டைச் சமர்ப்பித்திருக்கிறார். கன்னிகா விசயசிம்மன் முனைவர் பட்டத்துக்காக *மகுடாட்டக் கலையில் சமுதாயமும் பண்பாடும்* (1990) என்னும் தலைப்பில் ஆய்வேட்டைச் சமர்ப்பித்துள்ளார்.

1992இல் சென்னையில் நடந்த தென்மாவட்டக் கிராமியக் கலைஞர்கள் மாநாட்டின்போது இக்கலைஞர்கள் சிலரைப் பேட்டி கண்டு அவர்கள் பிரச்சினைகள் பற்றிய சிறுபிரசுரத்தையும் தமிழக இயலிசை நாடக மன்றத்துக்காகக் கணியன் சமூகம் பற்றிய ஒரு அறிக்கையையும் (1993) இந்நூலாசிரியர் சமர்ப்பித்துள்ளார்.

கணியான் ஆட்டக் கலை திருநெல்வேலி, தூத்துக்குடி, கன்னியாகுமரி ஆகிய மூன்று மாவட்டங்களில் உள்ள நாட்டுப்புறத் தெய்வக் கோவில் விழாக்களின்போது நடக்கிறது. முக்கிய

மாக இக்கலை சுடலைமாடன் கோவில்களுடன் தொடர்பு டையது. இதனால் இக்கோவில் கொடை நிகழ்ச்சியிலும் தனிச் சிறப்பு நிகழ்ச்சியிலும் கணியான் ஆட்டம் நிகழ வேண்டிய கட்டாயம் காலங்காலமாகத் தொடருகிறது.

கணியான் ஆட்டம் சடங்கு சார்ந்த கலை என்பதால் இதனுடன் தொடர்புடைய காப்புக்கட்டல், கைவெட்டு, திரளை வீசுதல் ஆகிய சடங்கு நிகழ்ச்சிகளையும் நடத்த வேண்டும் என்பது விழாவின் ஒரு பகுதியாகவே பின்பற்றப்படுகிறது.

திருநெல்வேலி, தூத்துக்குடி மாவட்டங்களில் இசக்கியம்மன், உச்சிமாகாளி அம்மன் போன்ற பெண் தெய்வங்களின் கோவில் களிலும் கணியான் ஆட்டம் நிகழ்த்தப்படுகிறது. கன்னியாகுமரி மாவட்டத்தில் அம்மன் கோவில் விழாக்களில் வில்லுப்பாட்டு நிகழ்ச்சிக்கே அதிக இடம் கொடுக்கப்படுவதால், கணியான் ஆட்டம் அதற்கு அடுத்த நிலையிலேயே உள்ளது.

கணியான் ஆட்டத்திற்கும் அம்மன் கோவில்களுக்கும் உரியதான சடங்கு நிகழ்வுகள் கன்னியாகுமரி மாவட்டத்தில் பெருமளவில் இல்லை. அம்மன் முக்கியத் தெய்வமாக இருக்கும் கோவில்களில் சுடலைமாடன் துணைத்தெய்வமாக இருந்து அது குறித்த பயமும் நம்பிக்கையும் பரவலாக இருந்தால் கணியான் ஆட்டத்தை ஏற்பாடு செய்ய வேண்டும் என்னும் மரபும் இன்று கன்னியாகுமரி மாவட்டத்தில் தளர்ந்து வருகிறது. பொதுவாக இது கோவில் பொருளாதார நிலையைப் பொறுத்தே நிகழ்கிறது.

கணியான் ஆட்டத்தின் முக்கியச் சடங்குக் கூறுகளான காப்புக்கட்டுதல், கைவெட்டு, திரளை வீசுதல் ஆகியவையும் கணியான் ஆட்டக் கலைஞர்களால் நிகழ்த்தப்படுகின்றன. இவை திருநெல்வேலி, தூத்துக்குடி மாவட்டங்களில் சுடலை மாடன் கோவில் விழாக்களில் நிகழ வேண்டிய கட்டாயம் முன்பு இருந்தது. இப்போதும் பெருமளவில் உள்ளது. அதுவே கணியான் ஆட்டத்தை இங்கே தக்கவைத்துக்கொண்டிருக் கிறது.

கோவிலின் முக்கியத் தெய்வம் இருக்கும் அறையின் எதிர்ப் பகுதியில் கணியான் ஆட்டம் நிகழ்கிறது. பொதுவாகச் சடங்கு சார்ந்த நாட்டுப்புறக் கலைகள் கோவிலின் முக்கியத் தெய்வத்தைப் பார்த்து நடக்க வேண்டும் என்பது நியதி. அவ்வாறான இடம் இல்லாதபோது கோவிலின் வலது அல்லது இடது பக்கம் உள்ள இடத்தில் இக்கலை நிகழும். கோவிலின் அமைப்பு, கோவிலைச் சார்ந்த ஊர் மக்களின் நிலை போன்ற வற்றைப் பொறுத்துக் கணியான் ஆட்டத்தின் நிகழிடம் இருக்கும்.

முக்கியத் தெய்வம் இருக்குமிடத்தில் மட்டுமின்றி அதைச் சுற்றிய இடங்களில் சாமியாடி வரும்போது கரகம், நையாண்டி மேளம் ஆகியவற்றுடன் கணியான் குழுவினரும் கூடவே செல்கின்றனர். இந்த இடங்களில் பாடவும் ஆடவும் வேண்டும். குறிப்பிட்ட இடத்தில் அமர்ந்து அல்லது நின்றுகொண்டு கலை நிகழ்த்துதல் என்பது கலைஞனின் தனி அந்தஸ்தாகக் கருதப்படும். தெருக்கூத்து போன்ற கலைகள் இதில் விதிவிலக்கு.

சடங்கு சார்ந்த கலைகளில் சடங்குக் கூறுகள் மட்டுமே அவற்றுக்கான இடங்களில் நடத்தப்பட வேண்டும் என்றிருக்க, சடங்குக் கூறு அல்லாத கலைத்தன்மையுடைய நிகழ்ச்சிகளை இடம்மாற்றி நிகழ்த்துவது கலைஞர்களின் நிலையைப் பொறுத்தது. இந்த வகையில் கணியான் ஆட்டக்காரர்களைச் செல்வாக்கற்ற எளியவர்கள் என்றே கருதலாம்.[3]

பொதுவாக நாட்டுப்புறத் தெய்வக் கோவில்களில் விழாக்கள் பங்குனி (மார்ச் – ஏப்ரல்) மாதம் முதல் புரட்டாசி (செப்டம்பர் – அக்டோபர்) முடிய நிகழும். பிற மாதங்களிலும் தனிப்பட்ட காரணங்களால் அபூர்வமாக நிகழும். கன்னியாகுமரி மாவட்டத்தில் பங்குனி, சித்திரை, வைகாசி மாதங்களில் (மார்ச் – ஜூன்) பெருமளவு கொடை நடக்கும். கார்த்திகை மாதம் (நவம்பர் – டிசம்பர்) செவ்வாய்க்கிழமைகளில் அம்மன் கோவில்களில் சிறப்பு நிகழ்ச்சிகள் உண்டு. இக்காலங்களில் கணியான் ஆட்டம் நிகழ்த்தப்படும்.

சுடலைமாடன் கோவில் விழாக்கள் வியாழன், வெள்ளி, சனி ஆகிய நாட்களிலும் அம்மன் கோவில் விழாக்கள் திங்கள், செவ்வாய், புதன்கிழமைகளிலும் நிகழும். இந்த மூன்று நாட்களிலும் கணியான் ஆட்டம் நடக்கும். கோவிலின் பொருளாதார நிலைக்கேற்ப விழா ஒரு நாள் மட்டுமே நடந்தால் கணியான் ஆட்டமும் மூன்று மணி நேர நிகழ்ச்சியாகிவிடும்.

கோவில் விழாவில் வில்லிசையும் கணியான் ஆட்டமும் ஒரே நேரத்தில் நிகழமாட்டா. சுடலைமாடன் கோவில்களில் பெரும்பாலும் வில்லிசை கிடையாது. கணியான் ஆட்டத்துக்கே முதலிடம். இங்கு வில்லுப்பாட்டு நிகழ்ந்தாலும் நள்ளிரவில் கணியான் ஆட்டமே நடக்கும்.

கன்னியாகுமரி மாவட்டக் கோவில்களில் கணியானை இரவு முழுக்கப் பாடும்படி வற்புறுத்துவதில்லை. பெரும்பாலும் இரவு 2 மணிக்குக் கணியான் ஆட்டம் நின்றுவிடும். மறுநாள் காலையில் தொடரும். திருநெல்வேலி, தூத்துக்குடி மாவட்டங்களில் நிலைமை வேறு. கணியானை இரவு முழுக்கப் பாடச் சொல்லுகின்றனர்.

கணியான் ஆட்டக் கலை நாட்டுப்புறத் தெய்வ வழிபாடு சார்ந்ததால், இதன் பாடுபொருளும் அத்தெய்வங்கள் தொடர்பான கதைகளாகவே உள்ளது. பொதுவாக நாட்டுப்புறத் தெய்வ வழிபாடு சார்ந்த கலைகளின் நிகழ்த்துதலில் முக்கியத் தெய்வத்தை முதன்மைப்படுத்தியே பாட வேண்டும் என்பது நியதி.

சுடலைமாடன் கோவில் விழாவில் மாடன் கதையை முழுக்கப் பாட வேண்டும். அதன் பிறகு அந்தக் கோவிலில் துணைத்தெய்வங்கள் தொடர்பான கதைகளைப் பாடலாம். இக்கலைக்கு முக்கியமாக மாடன், காளி தொடர்பான கதைகள் தாம் பாடுபொருள்கள். இவை தவிர அகால மரணத்தால் தெய்வமானவர்களின் கதைகளையும் பொதுவான புராணக் கதைகளையும் பாடுகின்றனர் (பி.இ. எண். 1).

முந்தைய காலங்களில் மாடன் வகைக் கதைகளையும் காளி கதைகளையும் மட்டுமே பாடினர். வில்லுப்பாட்டுக் கலைஞர்கள் இராமாயண, பாரதக் கதைகளையும் பாட ஆரம்பித்தபோது கணியான் ஆட்டக் கலைஞர்களும் அவற்றைப் பாட வேண்டிய நிலைக்குத் தள்ளப்பட்டனர். பெரும்பாலும் இது இராமசுப்புக் கணியானின் தந்தை காலத்தில் ஆரம்பித்து விட்டது என்கின்றனர் கணியான் அண்ணாவிகள்.

பொதுவாகக் கணியான் புலவர்களுக்குக் கதைகளும் பாடல்களும் மனப்பாடம். இவர்கள் வில்லுப்பாட்டுக் கலைஞர்களைப் போல எழுதிவைத்துக்கொண்டு நிகழ்ச்சி நடத்துவதில்லை. நோட்டில் எழுதப்பட்ட கதைப்பாடல்களின் பிரதிகளை நிகழ்ச்சி நடத்தச் செல்லும்போது கொண்டுசெல்லுவதில்லை. கணியான் அண்ணாவிகளிடம் ஏட்டுப் பிரதிகளும் இல்லை.[4] மிகக் குறைந்த படிப்பறிவுள்ள இக்கலைஞர்களுக்கு அபாரமான நினைவாற்றல்.

முந்தைய தலைமுறையினர் கதையையும் பாடலையும் அப்படியே ஒப்புவித்தனர். மிக அண்மைக் காலமாக இந்த நிலை மாறிவிட்டது. கற்பனை, வர்ணனை கலந்து பாடுவதும் விவரிப்பதுமான நிலைக்கு இன்றைய இளம் கலைஞர்கள் தயாராகிவிட்டனர். அருணகிரிநாதர், இராமலிங்க வள்ளலார், தாயுமானவர் பாடல்களையும்கூட இடையிடையே பாடு கின்றனர். மங்களப் பாட்டில் அண்ணாமலை ரெட்டியாரின் காவடிச்சிந்துப் பாடல்களைக்கூடப் பாடுகின்றனர். திரைப் படப் பாடல்களின் மெட்டில் பாடுவதைப் பார்வையாளர்கள் விரும்புவதால் அண்ணாவிகளின் பாடும் முறை அதற்கேற்ப மாறி வருகின்றது.

கணியான் ஆட்டக் குழுவில் எட்டு அல்லது ஐந்து பேர்கள் இருப்பர். இந்த எண்ணிக்கை வரையறைக்கு உட்பட்டதல்ல. எட்டுப் பேர் கொண்ட குழுவில் அண்ணாவி, பின்பாட்டுக் காரர், மகுடம் அடிப்பவர்கள் மூவர், ஆட்டக்காரர்கள் இருவர், தாளம் அடிப்பவர் ஒருவர். ஐவர் குழுவில் அண்ணாவி, பின்பாட்டுக்காரர், மகுடம் அடிப்போர் இருவர், ஆட்டக் காரர் ஒருவர். இந்த எண்ணிக்கையில் அடங்காதவர்கள் கைவெட்டுக்காரர், அம்மன்கூத்து ஆடுபவர், பேயாட்டம் ஆடுபவர் ஆகியோர்.

புலவர் எனப் பொதுவாக அழைக்கப்படும் குழுவின் தலைவரான அண்ணாவியே குழுவை நடத்துகிறார். இவர் பெயராலேயே விளம்பரமும் செய்யப்படுகிறது. நிகழ்ச்சிக்கு முன்பணம் பெறுபவரும் இவரே.

கணியான் ஆட்டக் கலைக்குரிய இசைக் கருவிகள் மகுடம், ஜால்ரா. இவற்றில் மகுடமே முக்கியக் கருவி. மகுடத்தைத் தப்பு அல்லது தப்பட்டை என வழங்கினாலும் ஓசை எழுப்பும் நிலையில் தப்பட்டையிலிருந்து இது வேறுபட்டது. பறை ஆட்டம் நிகழ்ச்சிக்குரிய தப்பு என்னும் இசைக் கருவியை மகுடம் தோற்றத்தில் ஒத்திருக்கிறது.

மகுடம் என்னும் இந்த இசைக் கருவி தெய்வத்தன்மை உடையதாகக் கருதப்படுகிறது (பி.இ.எண். 2, 3). முக்கியத் தெய்வத்திற்கும் துணைத்தெய்வங்களுக்கும் கோமரமாடுபவரின் (சாமியாடுபவர்) கோமரத்தை (தெய்வ அருள்) மிகுவிப்பதற்கு அல்லது வெளிப்படுத்துவதற்கும் மகுடம் அடிக்கப்பட வேண்டும் என்பது நியதி. மகுடத்தின் ஒலி சாமியாடியை உச்சநிலைக்குக் கொண்டுசெல்லும்.

கணியான் ஆட்டம் நிகழும் நாட்டார் தெய்வ விழாக் கூறுகளில் ஒன்றான கைவெட்டு நிகழ்ச்சியிலும் ஆட்டங்களான அம்மன்கூத்து, பேயாட்டம் இரண்டிலும் இக்கருவி முக்கியப் பங்கு வகிக்கிறது. முந்தைய காலங்களில் மகுடத்தை ஒரு கையால் பிடித்துக்கொண்டு ஆடினர். இப்போது மகுடத்திலிருந்து வரும் கயிற்றை இடையில் கட்டிக்கொண்டு ஒரு கையால் பிடித்துக்கொண்டு அடிக்கின்றனர்.

மகுடம் இப்போது பேச்சுவழக்கில் மகிடம் எனப்படுகிறது. இது 40 செ.மீ. விட்டம் உடையதாயும் கிஞ்சிரா போன்று வட்ட வடிவுடையதாயும் அமைந்திருக்கும். மகுடத்தின் வட்ட மான கூட்டுப்பகுதி வேம்பு, மஞ்சாணாத்தி, பூவரசு மரங்களில் ஏதேனும் ஒன்றினாலோ மூன்றையும் ஒட்டவைத்தோ செய்யப் படுவது. வட்டமாகச் சுற்றும் பகுதியை இரும்பு போல்ட்டால்

இணைப்பதும் உண்டு. மகுடத்தின் வட்டப்பகுதி எருமைத் தோலால் போர்த்தப்பட்டிருக்கும். இதன்மேல் புளியங் கொட்டைப் பசை ஒட்டப்படும்.

ஓசையின் அடிப்படையில் மகுடம் உச்சம், மந்தம் என இரண்டு வகைப்படும். உச்ச மகுடத்தை உச்சக்கட்ட மகுடம், தொப்பி என்றும் குறிப்பிடுவர். இந்த மகுடத்தை அடிப்பவர் தலைமைப் பாடகரின் வலது பக்கம் நிற்பார். மந்த மகுடம் மந்தகட்டம், விளித்தலை என்னும் பெயர்களால் குறிக்கப்படும். மந்த மகுடத்தை அடிப்பவர் தலைமைப் பாடகரின் இடது புறம் நிற்பார்.

பொதுவாக மாட்டுத்தோலில் மகுடம் செய்யப்பட்டாலும் உச்ச மகுடத்தின் கழுத்துப் பகுதி எருமைக் கன்றுத் தோலால் இழுத்துக் கட்டப்பட்டிருக்கும். மந்த மகுடத்தைவிட உச்ச மகுடம் அளவில் பெரிது. உச்ச மகுடம் மிகுந்த சப்தத்துடன் ஒலிக்க வேண்டும் என்பதற்காகவும் தோல் பகுதி அடிபட்டுத் தளர்வுறுவதாலும் (இது கெதி குறைதல் எனப்படும்) அதன் வாய்ப் பகுதி நெருப்பில் வாட்டப்படும். இதை மகுடம் காய்ச்சுதல் என்பர். இதனால் கலைநிகழ்ச்சிக்குக் கூடுதலாக உச்ச மகுடம் ஒன்றையும் கொண்டுசெல்வது உண்டு.

மகுடம் பற்றிய வாய்மொழிச் செய்தி இன்றும் வழக்கில் உள்ளது. மகிஷன் (மகிஷம் = எருமை) என்னும் அரக்கனைக் காளி வதைத்தபோது அவன் தோலால் மகுடம் உருவாக்கப் பட்டது என்னும் கதை வழக்கில் உள்ளது. சிவபெருமான் தன் தலையில் உள்ள மகுடத்தை இசைக் கருவியாகச் செய்து கொடுத்தார் என்னும் கதையும் உண்டு *(பி.இ.எண். 3)*.

முந்தைய காலங்களில் நாட்டுப்புறத் தெய்வக் கோவில்களில் வில், மகுடம் போன்ற இசைக் கருவிகளைக் கோவிலுக்குச் சொந்தமாக வைத்திருந்தனர். விழாக் காலங்களில் அவற்றை முக்கியத் தெய்வத்தின் முன்னே வைத்துப் பூஜித்துப் பின்னர் கலைஞரிடம் கொடுப்பர். அந்தக் கருவிகளையே கலைஞர்கள் இசைக்க வேண்டும் என்பது நியதி. ஆனால் இதில் நடைமுறைச் சிக்கல்கள் உண்டு.

கோவிலுக்கு உரிமையாக இருக்கும் மகுடம் ஆண்டுக்கு ஒருமுறை விழாவில் மட்டும் பயன்படுத்தப்படுவதால், அது தொய்வடைந்துவிட வாய்ப்பு உண்டு. இதனால் அது இசைப் பதற்கு ஏதுவற்றதாகிவிடும். எனவே கோவிலுக்குச் சொந்தமாக உள்ள மகுடத்தைக் கலைஞர்கள் இசைக்க மறுப்பதும் கோவிலைச் சார்ந்தோர் கட்டாயப்படுத்துவதுமான நிகழ்வுகளுக்குக் கோவில் நிர்வாகிகளே ஒரு முடிவுகட்டினர். நிகழ்ச்சி சிறப்பாக அமையாத

தற்குக் கோவில் இசைக் கருவிகளே காரணம் என்னும் குற்றச் சாட்டு நிர்வாகிகளுக்கும் வசதியாகப் போயிற்று.

மகுடத்தைக் கணியான் ஆட்டக் கலைஞர்களே தயாரிக்கின்றனர். ஒரு மகுடம் தயாரிக்க உத்தேசமாக 300 ரூபாய் வரை ஆகின்றது. இன்றைய நிலையில் ஃபைபர் மகுடத்தையும் பயன்படுத்துகின்றனர்.

கணியான் ஆட்டக் கலையின் நிகழ்த்துமுறை பாட்டு, கதை விளக்கம், ஆட்டம் என அமையும். பாட்டு, மகுட இசை, ஆட்டம் மூன்றும் இணைந்தும் கதை விளக்கம் தனித்தும் நிகழும். முக்கியத் தெய்வத்தின் எதிரே உள்ள அரங்கில் அண்ணாவி நின்றுகொண்டு பாடுவார். இவருக்குப் பின்புறம் இடது பக்கம் சிறிது இடைவெளிவிட்டுப் பின்பாட்டுக்காரர் நிற்பார். இவரே தாளமும் அடிப்பார்.

அண்ணாவியின் முன்புறம் வலது பக்கத்தில் உச்ச மகுடம் அடிப்பவரும் இடது பக்கம் மந்த மகுடம் அடிப்பவரும் நிற்பார்கள். இவர்கள் இருவரும் அண்ணாவியிடமிருந்து கணிசமான இடைவெளியுடன் நிற்பர். ஆட்டக்காரர்கள் இருவரும் இரு மகுடக்காரர்களுக்குப் பக்கத்தில் நிற்பார்கள். முக்கியத் தெய்வத்திற்கு இடையில் உள்ள பகுதி ஆடுகளம். பார்வையாளர்கள் ஆடுகளத்தின் இரண்டு பக்கங்களிலும் தரையில் அமர்ந்திருப்பர்.

அண்ணாவியும் மகுடக்காரர்களும் நின்றுகொண்டு பாட வேண்டும் என்பது மரபு. இவர்கள் அமர்ந்துகொண்டும் ஆட்டக்காரர்கள் நின்றுகொண்டும் நிகழ்ச்சி நடத்தலாமே என்று ஒருமுறை வானுமாமலைக் கணியானிடம் கேட்டபோது, அதைத் தன்னால் கற்பனைசெய்துகூடப் பார்க்க முடியவில்லை என்றார். அதோடு அமர்ந்து பாடுவது முக்கியத் தெய்வத்தை அவமதிப்பதைப் போலாகும் என்றும் கூறினார். ஆட்டக்காரர்கள் ஆடுவதற்கு ஏற்றவாறு அண்ணாவி நிற்கும் இடம் இருக்கும்.

அண்ணாவி பாடுதல், பாட்டின்போது மகுடம் அடித்தல், ஆட்டக்காரர்கள் ஆடரங்கில் ஆடுதல், பின் அண்ணாவி பாடிய பகுதிகளுக்கு உரைநடையில் விளக்கம் கூறுதல் என்னும் இரண்டு பகுதிகளாக இதன் நிகழ்த்துதல் அமைப்பைக் குறிக்கலாம்.

அண்ணாவி பாடிக்கொண்டிருக்கும்போது ஆட்டக்காரர்கள் கருவறைக்கும் அண்ணாவிக்கும் இடைப்பட்ட ஆடுகளத்தில் ஆடிக்கொண்டிருப்பார்கள். பாட்டின் தாளகதிக்கேற்ப உச்ச மகுடமும் மந்த மகுடமும் ஒலிக்கும். பாட்டு

முடிந்து அண்ணாவி விளக்கம் கூறும்போது ஆட்டக்காரர்கள் அண்ணாவியின் அருகே இரு புறமும் வந்து நிற்பார்கள். அண்ணாவி விளக்கம் சொல்லும்போது ஆட்டக்காரர்கள் ஆடுவதில்லை.

அண்ணாவியின் உரைநடை விளக்கம்கூட ஒருவகை ராகத்துடன்தான் இருக்கும். அதற்கேற்ப ஆட்டக்காரர்கள் நின்ற இடத்திலேயே கால்களால் தரையை லேசாகத் தட்டி ஒத்திசைவான சலங்கை ஒலி எழுப்புவார்கள். மகுடக்காரர்களும் இசைக் கருவியை மெல்லத் தட்டிக்கொண்டிருப்பார்கள். உரைநடை விளக்கத்தின்போது மகுடத்தின் ஒலி தாழ்ந்து ஒலிக்க வேண்டும் என்பது நியதி.

அண்ணாவி பாடும்போது மகுடக்காரர்கள் பின்பாட்டுப் பாடுவர். பெரும்பாலும் இந்த நேரத்தில் அண்ணாவியின் பாட்டை முழுவதும் கேட்க முடியாதபடி மகுடம் உச்சமாய் ஒலிக்கும். கணியானின் பாட்டைத் தொலைவில் இருந்து கேட்பவர்களுக்குக் கணியான் என்ன பாடுகிறார் என்பதே புரியாது.

அண்ணாவி விளக்கம் சொல்லும்போது பின்பாட்டுக் காரர்களும் மகுடம் அடிப்பவரும் 'ஆமா' என ஒத்துப் பாடுவதுண்டு. 'ஆமா' என்பது குறைந்த ஸ்தாயியில் ஒலிக்கும். நாட்டுப்புற நிகழ்கலையின் பொதுவான இந்தத் தன்மை வில்லுப்பாட்டுக்கு இருப்பதுபோலக் கணியான் ஆட்டத்திலும் உள்ளது.

வில்லிசைக் கலையிலிருந்து கணியான் ஆட்டக் கலை வேறுபட்டு நிற்குமிடம் இரண்டு பெண் வேடக்காரர்கள் ஆடும் நிகழ்வுதான். இருபதாம் நூற்றாண்டின் ஆரம்பத்தில் பெண்வேட ஆட்டக்காரர்களும் மகுடாட்டக்காரர்களும் இணைந்தே ஆடினார்கள். அண்ணாவி மட்டும் பாடினார். மகுடாட்டக்காரர்கள் மகுடத்தை அடித்துக்கொண்டே ஆட்டக் காரர்களுடன் இணைந்து ஆடினர். இதனால் மகுடத்தின் தாளம் சீராக இல்லாமல் இருந்தது.

மரபுவழியான இந்த முறையை மாற்றி ஆட்டக்காரர்கள் மட்டுமே ஆட வேண்டும்; மகுடக்காரர்கள் அண்ணாவியின் பக்கம் நின்றுகொண்டு மகுடத்தைத் தட்ட வேண்டும் என்னும் வரன்முறையை இராமசுப்புக் கணியானின் தந்தை பாணாங் குளம் இராமசாமிதான் கொண்டுவந்தார்.

கணியான் ஆட்டத்தில் ஏற்பட்ட பெரிய மாற்றம் இதுதான். நாட்டுப்புறக் குழு ஆட்டங்களில் ஒற்றுமைத் தன்மை இருப்பதால்

ஆட்ட அசைவுக் கூறுகளும் இசைக்குரிய தாளக் கூறுகளும் தனித்து வளருவதற்கான வாய்ப்புகள் குறைவு. தனிநபர் ஆட்டங் களுடனும் பாடல், தாளம் ஆகியவற்றுடனும் ஒப்பிடும்போது குழு நடனங்களின் ஆட்ட அசைவுக் கூறுகளும் இசைத் தாளங்களும் குறைவுதான் [குணசேகரன் *(1988)*, பக். *61*]. இதன்படி பார்த்தால் கோவில் சார்ந்த கலை வடிவத்தை மாற்றக் கூடாது என்ற பரம்பரை நம்பிக்கையில் கணியான் ஆட்ட முறையில் மாற்றமில்லாத நிலையைத் தக்கவைத்திருக் கின்றனரோ என நினைக்கத் தோன்றுகிறது.

பொதுவாக ஆட்டங்களை வட்டவடிவ ஆட்டமுறை, நேர்கோட்டு ஆட்டமுறை எனப் பகுத்துக்கொள்ளுவது மரபு. இதில் வட்டவடிவ ஆட்டம் பழமையானது. பயிற்சி இல்லாத வர்களும் இந்த முறையில் ஆடலாம். நேர்கோட்டு ஆட்டம் இதிலிருந்து வேறுபட்டது.

கணியான் ஆட்டத்தின் பெரும்பாலான நிகழ்வுகள் நேர் கோட்டு ஆட்டமுறைதான். சாமியாடி முக்கியத் தெய்வத் திற்காக ஆடும்போது, கணியான் ஆட்டக்காரர்களையும் ஆடும்படி வற்புறுத்துவார். அப்போது அண்ணாவி கும்மிப் பாட்டு பாடுவார். பெண்வேடக்காரர்கள் அதற்கேற்ப ஆடுவர். இப்போது ஆட்டம் வட்ட வடிவமாக மாறிவிடும். இது மரபு வழியான கும்மி ஆட்டம் போன்றதுதான்.

ஆட்டக்காரர்கள் ஆடுகின்றபோது முக்கியத் தெய்வத் திற்குத் தங்கள் பின்புறத்தைக் காட்டக் கூடாது என்பது நடைமுறை வழக்கமாயினும், அது பெருமளவில் பின்பற்றப் படுவதில்லை. ஆட்டத்தின் வேகச்சுழற்சியின்போது பின் புறத்தைக் காட்டுவது தவறாகக் கருதப்படுவதில்லை. அண்ணாவி பாட்டிலிருந்து விளக்கத்திற்கு மாறும்போது, ஆடிக்கொண் டிருப்பவர்கள் இருவரும் அவருக்கு வலது, இடது புறம் வரும் போது முக்கியத் தெய்வத்திற்குத் தம் பின்புறத்தைக் காட்டாத வாறு பின்நோக்கியே மெல்ல நகர்ந்துவரும் வழக்கம் இன்றும் பின்பற்றப்படுகிறது. இந்த ஆட்டம் முக்கியத் தெய்வத்தின் எதிரே நிகழ்வதால் வேகமாகச் சுழன்று ஆடினாலும் ஆடைகள் நெகிழாத வண்ணம் கவனமாக இருக்கிறார்கள்.

கரகாட்டத்தின் ஆட்டநிலையைத் தொடக்கம், வேகம், அதிவேகம் என மூன்றாகப் பகுத்துக்கொள்ளலாம். இது கணியான் ஆட்டத்துக்கும் பொருந்தும். அண்ணாவி பாடத் தொடங்கியதும் ஆட்டக்காரர்கள் பாதங்களை மெல்லத் தட்டிக்கொண்டும் கைகளை அசைத்துக்கொண்டும் ஆட ஆரம் பித்துப் பின் வேகநிலைக்குப் போய் இறுதியில் அதிவேக நிலையில் ஆடித் தம்மைத்தாமே சுற்றிச் சுழன்று ஆட்டத்தை

முடித்துக்கொள்ளுவர். அதிவேக நிலை ஆட்டத்தின்போது மகுடமும் உச்ச நிலையில் ஓங்கி ஒலிக்கும். ஆனால் கரகாட்டத்தில் நிகழ்வது போன்ற சர்க்கஸ் வேலைகளை இவர்கள் செய்வதில்லை.

கணியான் குழுத் தலைவரான அண்ணாவி பட்டு ஜிப்பா அணிந்து வேட்டி கட்டியிருப்பார். மகுடம் அடிப்பவர்கள் அதன் வாரைத் தோளில் மாட்டிக்கொண்டு அல்லது இடுப்பில் கட்டிக்கொண்டு பெரும்பாலும் சட்டை அணியாத வெற்றுடம்பினராய் இருப்பர். இது மகுடத்தை அடிக்க வாகாக இருக்கும்.

பெண் வேடமிடும் ஆண் ஆட்டக்காரர் ஒப்பனைக்கு நிறைய நேரம் எடுத்துக்கொள்கிறார். கோவில் நிர்வாகிகள் இவரது ஒப்பனைக்கென்று தனி இடத்தை ஒதுக்குவர். முந்தைய காலங்களில் பெண் வேடக்காரர்கள் நீண்ட முடி வளர்த்து, முகத்தை மழுமழுவெனச் சிரைத்திருப்பர். தற்பொழுது பெண் வேட ஆட்டக்காரர்கள் பொய்த் தலைமுடியைக் கட்டிக் கொள்ளுகின்றனர்.

முந்தைய காலங்களில் கணியான் ஆட்டக்காரருக்குத் தேவையான சேலை, ஜம்பர் போன்ற ஆடைகளைக் கோவில் விழா நடக்கும் ஊரில் உள்ள வண்ணான் சாதியினரே கொடுக்க வேண்டும் என்பது நியதி. பொதுவாகக் கிராமத்துத் தெய்வங்களின் விழாக்களில் பங்குபெறும் நாட்டார் கலைஞர்களுக்கும் கிராமங்களில் பொழுதுபோக்கு நிகழ்த்துகலைகளை நடத்தும் கலைஞர்களுக்கும் தேவையான சாதனங்களை ஊர்க் குடி மகனும் (நாவிதர்) வண்ணாரும் கொடுக்க வேண்டும் என்பது பொதுநியதி. இந்த நிலை நாட்டு விடுதலைக்குப் பிறகு படிப் படியாகக் குறைந்துவிட்டது.

இப்போது ஆட்டக்காரர்கள் தங்களுக்கு வேண்டிய ஒப்பனைச் சாதனங்களையும் ஆடைகளையும் சொந்தமாக வைத்திருக்கின்றனர். கழுத்தில் கவரிங் நகைகள், காதில் ஒட்டுக் கம்மல், ஒரு கையில் ரப்பர் வளையல், மறுகையில் கைக்கடிகாரம் என இருப்பர். தலையில் வட்டுக்கொண்டை இறுக்கமாகக் கட்டப்பட்டிருக்கும். சாதாரணக் கொடைவிழாவில் சேலையும் சிறப்பு நிகழ்ச்சியில் மலிவான பட்டுச் சேலையும் கட்டுவது பொதுவான நடைமுறை.

ஆட்டக்காரர்கள் சலங்கை கட்டியிருப்பர். இதைக் கெச்சம் கட்டுதல் என்பர். இரண்டு கால்களிலும் உள்ள மணிகள் ஒரு கிலோ எடையில் இருக்கும். ஆட்டக்காரர்களின் ஒப்பனை கரகாட்டக்காரர்களுடையதைப் போல் பாலுணர்வைத் தூண்டும்படியாக இருக்காது. இவர்களின் ஆட்டம் கொஞ்சம் முரட்டுத்தனமாய் இருப்பதால் சேலை அவிழ்ந்துவிடாமல்

இருக்க இறுக்கிக் கட்டியும் ஊக்கால் சேலைப் பகுதிகளைப் பாதுகாப்பாய்க் குத்தியும் வைத்திருப்பர்.

ஆட்டக்காரர்கள் ஒவ்வொருவரும் தத்தம் உடலமைப்புக்குத் தக்க ஜம்பர் தைத்துக்கொள்ளுகின்றனர். செயற்கையான மார்புக் கச்சையைச் சொந்தமாக விலைக்கு வாங்கி வைத்துக்கொள்ளு கின்றனர் அல்லது மெல்லிய துணியைப் பந்துபோல் சுருட்டி ஜம்பருக்குள் வைத்துக்கொள்கின்றனர்.

திருநெல்வேலிச் சீமையில் ஸ்பெஷல் நாடகம் நடந்த காலங்களில் கணியான் ஆட்டக்காரர்கள் மேடையில் பெண் வேடம் கட்டி ஆடியிருக்கின்றனர். இது தனிக் காட்சியாக நடந்திருக்கிறது. ஸ்பெஷல் நாடகக்காரர்களின் செல்வாக்கால் கணியான் ஆட்டம் மாற்றமடைந்திருக்கிறது. இன்றைய நிலையில் ஆட்டக்காரர்கள் சுடிதார் போட்டுக்கொண்டு ஆடுவதைப் பார்வையாளர்கள் ஏற்றுக்கொள்ள ஆரம்பித்துவிட்டனர்.

கணியான் ஆட்டத்தையோ பாட்டையோ மகுடம் அடிப் பதையோ குருவிடமோ தந்தையிடமோ பயில வேண்டும் என்னும் கட்டாயம் இல்லை. அப்படிப்பட்ட வழக்கமும் இக்கலைஞர்களிடம் இல்லை. சிறுவயதிலேயே உறவினர் களுடன் கலைநிகழ்த்தப் போய் ஆட்டத்தைக் கற்றுக்கொள்ளுவது நடைமுறையில் உள்ளது. மூத்த கலைஞர்கள் சாதாரண நாட்களில் கலையின் அடிப்படையான நுட்பங்களைக் கற்பிக்கின்றனர்.

அண்மைக் காலமாக மகுடக் கலைஞர்கள் தவில் வித்து வான்களிடம் அடிப்படையான சில விஷயங்களைக் கற்கும் வழக்கத்தை ஏற்படுத்திக்கொண்டுள்ளனர். அண்ணாவியுடன் எடுபிடி வேலைக்கும் பின்பாட்டுப் பாடவும் செல்வது முதல் நிலை. இப்படிச் செல்லும் இளைஞர்களுக்கு அரைப் பங்குச் சம்பளம் கொடுக்கின்றனர்.

அண்ணாவியும் ராகதாளங்களையோ கதைப்பாடல் களையோ முறைப்படி யாரிடமும் கற்பதில்லை. ஒரே சாதியினர் நிகழ்த்திவரும் கலை என்பதாலும் இவர்களின் எண்ணிக்கை குறைவாக இருப்பதாலும் இதற்குரிய கதைகளை ஆரம்பத்திலேயே தெரிந்துகொள்ளுகின்றனர். பொதுவாகக் கதைப்பாடல்களை ஏட்டில் எழுதிவைக்கும் வழக்கம் இவர்களிடம் இல்லை.

ஆட்டக்காரராக இருந்து அண்ணாவியாக மாறுவது சாதாரண நிகழ்வு. மகுடம் அடிக்கும்போதோ ஆடுகின்றபோதோ கேட்ட கதைகளை மனனம்செய்து கதை வடிவத்தைத் தயாரித்துக் கொண்டு அண்ணாவியாக மாறிய கலைஞர்களுக்கு உதாரண மாக வானுமாமலை, இராமசுப்பு, கணபதி போன்றோரைச் சொல்லலாம்.

அண்ணாவிகளோ பிற கலைஞர்களோ கத்துக்குட்டிக் கலைஞர்களுக்குக் கலைநுட்பங்களைக் கற்றுக்கொடுப்பதில் தயக்கம் காட்டுவதில்லை என்பது இவர்களின் சிறப்பு.

நாட்டுப்புறத் தெய்வ வழிபாட்டுடன் கணியான் ஆட்டம் முழுதும் தொடர்புடையது. கோவில் விழா அல்லாத சமூக விழாக்களில் இது நிகழ்வதில்லை. இப்போது நாட்டுப்புற நிகழ்த்துகலைக்கு வந்த மரியாதையின் காரணமாகச் சமூக விழாக்களிலும் சிறப்பு நிகழ்ச்சிகளிலும் இது நிகழ்த்தப்படுகிறது.

கோவில் விழாக்களில் கலைநிகழ்ச்சியாக அல்லாமல் விழாவின் ஒரு கூறாகவும் வழிபாட்டு நிகழ்ச்சிகளில் ஒன்றாகவும் இயங்கும் தன்மையே பிற நாட்டுப்புறக் கலைகளிலிருந்து இதன் வேறுபட்ட சிறப்பு அம்சமாக உள்ளது.

பழமையான நாட்டுப்புற ஆட்ட வடிவங்கள் நாட்டுப்புற வழிபாட்டுக் கூறுகளிலிருந்து நிறுவனச் சமயத்திற்கும் கிராமத்து வேளாண் நகர்சார் தொழில்மையங்களுக்கும் மாறிய நிலையிலும் வடிவம் வேறுபட வேண்டிய சூழ்நிலை உருவானது. இதைப் பொதுவான மரபாகக் கொள்ளலாம். இதே கருத்தாக்கத்தைக் கோவில் சார்ந்த கலைகளுக்குப் பொருத்திப் பார்க்கும்போது புதிய பரிமாணத்தைப் பார்க்க முடியும்.

அறிஞர் டக்ளஸ் கென்னடி நாட்டுப்புறத் தெய்வக்கூறுகள் தொய்வுறும்போது அவற்றுடன் தொடர்புடைய நடனங்களில் இருக்கும் மறைபொருள் மாயக்கவர்ச்சியற்றதாகிவிடும் என்கிறார் *[Encyclopaedia Britanica, Vol. 7, (1973) p. 449]*. கணியான் ஆட்டம் நிகழும் நாட்டுப்புறக் கோவில்களின் சடங்குக் கூறுகள் மிக அண்மைக்காலம்வரை தொய்வுறாமலும் மேல்நிலையாக்கத்தை நோக்கிப் பெரிய அளவில் செல்லாமலும் இருந்ததன் காரண மாகக் கணியான் ஆட்டத்தின் வடிவமைப்பில் மாற்றம் ஏற்பட வில்லை. வளர்ச்சியும் குறைந்த அளவில்தான் நிகழ்ந்துள்ளது.

பல்வேறுபட்ட பழமையான கலைகளை அவற்றின் இயற்கையான சூழலில் நிகழ்த்தும்போது மட்டுமே அவை பொலிவுடன் விளங்கும். மாறாக அவற்றைப் பொதுமேடை யிலோ சபையிலோ நிகழ்த்தும்போது அவற்றின் தனித்தன்மை கழன்றுவிடுவது மட்டுமன்றிப் பொலிவும் இல்லாமலாகிவிடும் என்பது பொதுவிதி.

இந்த விதிக்குப் பழைய உதாரணம் உண்டு. பிரிட்டனில் உள்ள மாலியஸ் நடனத்தைக் கிராமப் பசுமையின் சூழலில் நிகழ்த்தும்போதும் ஆபட்ஸ் புரோம்லி ஹார்ஸ் நடனத்தைச் செழித்த பயிர் வளர்ச்சிக் காலத்தில் நிகழ்த்தும்போதும் அவை நாட்டுப்புறத் தெய்வ வணக்கங்களையும் இயற்கையின் பூரிப்பை

யும் இயல்பாக வெளிப்படுத்துவதைக் கள ஆய்வில் பதிவு செய்துள்ளனர் [Encyclopaedia Britanica, Vol. 7, (1973), p. 449].

கணியான் ஆட்டத்தைப் பார்ப்பதே அது சடங்கு சார்ந்த கூறுகளுடையது என்பதற்காகத்தான். சுடலைமாடன் கோவில்களிலும் காளி கோவில்களிலும் நிகழும் சடங்குக் கூறுகளுடன் இதைப் பார்க்கும் அனுபவமே இதன் அழியாமையை நமக்கு உணர்த்தும்.

தென்மாவட்டங்களில் வழிபாடோ சடங்குகளோ சாராமல் இயங்கிய கலைகளின் அழிவை நோக்கிய பயணத்தின் (எ.கா. தோல் பாவை நிழல் கூத்து) காரணங்களைக் கணியான் ஆட்டம் தொடர்ந்து ஜீவிப்பதற்குரிய காரணங்களுடன் ஒப்பிட்டுப் பார்க்கும்போது சடங்குச் சார்புடைய கலைகள் வாழும் என்னும் கருத்தாக்கத்தை முன்வைக்க முடியும்.

அண்மைக் காலமாகத் தமிழகத்தில் நாட்டுப்புற வழி பாட்டுக் கூறுகள் மேல்நிலையாக்கம் பெற்றுவருகின்றன. வட்டாரரீதியான சடங்குகளைப் பொதுவான மரபில் அடக்க வேண்டும் என்னும் முயற்சி வேகமாகச் செயல்படுகிறது. இதன் ஆரம்பமாகப் பலித்தடைச் சட்டம் வந்தது. பின் சில காரணங்களால் இது திரும்பப் பெறப்பட்டது. கிராமப் பூசாரிகளின் மாநாட்டில் பொதுவான பூசை முறையை அறிமுகப்படுத்தும் செயலும் இது போன்றதுதான். இந்தப் பொதுமைத் தன்மை எதிர்காலத்தில் சட்டரீதியாகச் செயல்பட்டால் அல்லது பரவலாகிவிட்டால் கலைகளின் சடங்குக் கூறுகள் மறைந்து போக வாய்ப்புண்டு. அதனால் கணியான் ஆட்டமும் வழக்கொழிந்துபோகலாம்.

கணியான் ஆட்டக் கலையின் கூறுகளாகவும் கோவில் வழிபாட்டுக் கூறுகளாகவும் நிகழ்வன காப்புக்கட்டல், கை வெட்டு, திரளைவீசுதல், பேயாட்டம், அம்மன் கூத்து ஆகியன.

கணியான் ஆட்டம் நடைபெற வேண்டும் என்னும் கட்டாயத்தில் உள்ள நாட்டுப்புறத் தெய்வக் கோவில் விழாவின் தொடக்க நிகழ்ச்சியைக் காப்புக்கட்டுதல் என்னும் சொல்லால் குறிக்கின்றனர். தூத்துக்குடி, திருநெல்வேலி மாவட்டக் கிராமங்களில் காப்புக்கட்டல் முக்கியமாக நிகழ்கிறது. கன்னியாகுமரி மாவட்டக் கோவில்கள் சிலவற்றில் மட்டுமே இது நடக்கிறது.

காப்புக்கட்டலுக்கு முன் நிகழும் குடி எழுப்பல் பொதுவாக எல்லா நாட்டுப்புறக் கோவில்களிலும் நடக்கிறது. விழா ஆரம்ப மாகும் நாளில் (திங்கள் அல்லது வியாழன்) இருள் கவியும் நேரத்தில் நடக்கும் குடி எழுப்பல் நிகழ்ச்சியை விழா நடக்கப் போவதன் அறிவிப்பாகவும் கொள்ளலாம். நையாண்டி மேளம்,

கரகாட்டம், கணியான் ஆட்டம் மூன்றும் சிறிது நேரம் நிகழும். இதைச் சில ஊர்களில் ராஜமேளம் எனக் குறிப்பிடுகின்றனர்.

குடி எழுப்பல் முடிந்ததும் காப்புக்கட்டல் ஆரம்பமாகும். காப்புக்கட்டிக்கொள்ளுபவர் கணியான் சாதியினராக இருப் பார். ஆனால் இவர் கணியான் ஆட்டக் குழுவில் உறுப்பினர் அல்லர். கோவிலைச் சார்ந்தவர்கள் இவருக்குத் தனியாக முன்பணம் கொடுத்து அழைத்துவருவார்கள். பெரும்பாலும் இவர் 50 வயதைத் தாண்டியவராக இருப்பார். இவர் பின்பாட்டுப் பாடவோ மகுடம் அடிக்கவோ ஆடவோமாட்டார்.

இவர் கோவில் விழாவில் காப்புக்கட்டிக்கொள்வதற்கு முன்பணம் வாங்கியதும் குறிப்பிட்ட நாளிலிருந்து விரதமி ருக்க வேண்டும் என்பது நியதி. மாமிச உணவு , உடலுறவு, மது ஆகியவற்றைத் தவிர்த்தல், தினமும் இரண்டு வேளை குளித்தல் என்பன விரத நியதிகள்.

காப்புக்கட்டிக்கொள்பவர் கோவிலைச் சார்ந்தவர்களிட மிருந்து அரிசி, காய்கறிகளை வாங்கிச் சமைத்துச் சாப்பிடும் வழக்கம் அண்மைக் காலம்வரை இருந்தது. அவரது புனிதம் இதிலிருந்தே தொடங்குகிறது. இப்போது விரதமும் இந்தப் புனிதமும் தளர ஆரம்பித்துவிட்டன. இப்போதெல்லாம் இவர் கோவில் விழாக் குழுவினர் போடும் சாப்பாட்டையே கூட்டத் துடன் அமர்ந்து சாப்பிடுகிறார்.

விழா ஆரம்பிக்கும் நாளில் காப்புக்கட்டிக்கொள்பவர் எண்ணெய் தேய்த்துக் குளித்துப் புதிய வேட்டியைத் தார்ப் பாய்ச்சிக் கட்டிக்கொண்டு முப்புரிநூல் அணிந்து நெற்றியில் திருநீறு துலங்க முக்கியத் தெய்வம் இருக்கும் அறைக்கு முன் கிழக்குத் திசை பார்த்து அமர்வார். இவருக்கு முன்னால் ஒரு முறம் இருக்கும். இதில் வெள்ளி அல்லது வெங்கல நாழி நிறைய நெல் வைக்கப்பட்டிருக்கும். இது நிறைநாழி எனப்படும். இதனுடன் உடைக்காத தேங்காய்கள் ஐந்து, இரும்புத் துண்டுகள் மூன்று, மஞ்சள் துண்டு ஒன்று, மஞ்சள் தேய்த்த காப்பு நூல் ஆகியன இருக்கும்.

காப்புக்கட்டிக்கொள்பவருக்கு எதிரே முக்கியத் தெய்வத் திற்கும் துணைத்தெய்வங்களுக்கும் சாமியாடுபவர்கள் அரையில் ஈரத்துணி உடுத்து நெற்றியில் திருநீறணிந்து வண்ணான் விரித்த மாத்துச் சேலையில் அமர்ந்திருப்பர்.

காப்புக்கட்டிக்கொள்பவர் அமர்ந்திருந்தபடியே முக்கியத் தெய்வத்தை வணங்குவார். சாமியாடிகளும் வணங்குவர். இந்த நேரத்தில் நையாண்டிமேளமும் மகுடமும் அடிக்கப்படும். இது சில நிமிட நேரம்தான். மூத்த சாமியாடியோ கோவில்

விழாக் குழுத் தலைவரோ காப்புக்கட்டிக்கொள்பவருக்குச் சமிக்ஞைசெய்வார். உடனே காப்புக்கட்டிக்கொள்ளும் கணியான் முக்கியத் தெய்வத்தை வணங்கிவிட்டு முறத்தில் உள்ள மஞ்சள்நூலை எடுத்துக் கையில் கட்டிக்கொள்வார்.

முக்கியத் தெய்வத்திற்கும் துணைத் தெய்வத்திற்கும் கொடுக்கப்படும் பலிக்கு முன்னர் காப்புக்கட்டிக்கொண்டவர் தன் கையையும் நாக்கையும் கீறிச் சொட்டு ரத்தத்தைக் கோவில் முக்கியத் தெய்வத்தின் முன் விரிக்கப்பட்டிருக்கும் வாழை யிலையில் அடையாளமாகப் படைப்பார். இச்சடங்கு கைவெட்டு நிகழ்ச்சி எனப்படும். இது பெரும்பாலும் சுடலைமாடன் கோவிலிலேயே நடக்கும். நெல்லை, தூத்துக்குடி மாவட்டங் களின் அம்மன் கோவில்கள் சிலவற்றிலும் இச்சடங்கு நடக்கிறது. கன்னியாகுமரி மாவட்டத்தின் அம்மன் கோவில்கள் சிலவற்றில் கைவெட்டை நடத்த விரும்பி அழைக்கின்றனர். இது அபூர்வ மாக நிகழ்கிறது.

காப்புக்கட்டிக்கொண்ட நிகழ்ச்சிக்கு அடுத்த நாள் 10 மணிக்குக் கணியான் ஆட்டம் ஆரம்பமாகும். அன்று 12 மணிக்குச் சாமியாடி முக்கியத் தெய்வத்தின் முன், தெய்வ அருள் தன் உடம்பில் இறங்குவதற்காக வேண்டி நிற்பார். அவருக்கு அருள்வந்ததற்கான அறிகுறி கிடைத்ததும் கணியானி டம் பாட்டை நிறுத்துமாறு அவரே சமிக்ஞைசெய்வார். பாட்டும் மகுடமும் உடனே நிறுத்தப்படும்.

காப்புக்கட்டிக்கொண்டவர் கணியான் குழுவிலிருந்து தனியாகவே நின்றுகொண்டிருப்பார். அவர் சாமியாடியின் அருகே வருவார். பின் கைவெட்டு நிகழ்ச்சி ஆரம்பமாகும். இந்தச் சடங்கைக் காப்புக்கட்டிக்கொண்டவரே நடத்துவார். விழா நடத்தும் கோவிலின் பரம்பரைப் பூசாரிக்கும் இதில் இடம் இல்லை. கோவில் சாமியாடிகூடக் காப்புக்கட்டிக் கொள்ளும் கணியானை மதிக்கிறார்.

காப்புக்கட்டிக்கொண்டவர் முக்கியத் தெய்வத்தை வணங்கு வார். பின் மடியிலிருந்து மஞ்சள் தேய்த்த நூலை எடுத்து அதைச் சாம்பிராணிப் புகையில் காட்டுவார். பின் நூலை இடது கையின் மேல்பகுதியில் இறுக்கிக் கட்டிக்கொள்ளுவார் முக்கியத் தெய்வத்தைப் பார்த்து நின்றுகொண்டு இடது கையின் கீழ்ப் பகுதியைக் கையால் கீறி முக்கியத் தெய்வத்தின் முன் விரித்து வைக்கப்பட்டிருக்கும் நீண்ட வாழையிலையில் ரத்தத்தைச் சொட்டுச் சொட்டாய் விடுவார். இதுவே கைவெட்டு நிகழ்ச்சி. இப்போது 3 சொட்டு ரத்தம் விடுகின்றனர். பழைய மரபின் படி 21 சொட்டு ரத்தம் விட வேண்டும்.

கைவெட்டு நிகழ்ச்சி முடிந்த பின்னர் முக்கியத் தெய்வத் திற்கும் துணைத் தெய்வங்களுக்கும் ஆடு, கோழி, பன்றி ஆகிய மூன்றையுமோ அல்லது அவற்றில் ஒன்றையோ பலி கொடுப்பர். இப்போது பலி கொடுப்பவர் கோவிலைச் சார்ந்தவராகவோ கோவில்காரர்களால் ஏற்பாடு செய்யப்பட்டவராகவோ இருப்பார். சில ஊர்களில் குறிப்பிட்ட சாதிக்கு இந்த உரிமை இருக்கிறது. இதற்கும் கைவெட்டுக் கணியானுக்கும் தொடர் பில்லை. இந்த நேரத்தில் அவர் அந்நியனாய் ஒதுங்கி நிற்பார்.

கைவெட்டு நிகழ்ச்சி சில சுடலைமாடன் கோவில்களில் வேறு முறைகளிலும் நடக்கிறது. காப்புக்கட்டிக்கொண்ட வருக்கு முன்னாலுள்ள முறத்தில் உடைக்காத தேங்காய் இருக்கும். அருகே கல் உரல் கவிழ்த்தி வைக்கப்பட்டிருக்கும். அவர் தேங்காயை எடுத்து உரல்மீது உருட்டிவிட்டு மறுபடியும் முறத்தில் வைப்பார். பின் முக்கியத் தெய்வத்தை வணங்கி விட்டு உரலின் மீது ஏறி நிற்பார். சுற்றுமுற்றும் பார்த்துவிட்டு,

> அம்மையே நீங்கள்
> அப்பாவும் நீங்கள்
> ஐம்புலனும் நீங்கள்
> அன்பும் நீங்கள்
> அன்புக்குள்ளிருக்கும்
> அஞ்செழுத்தும் நீங்கள்
> அஞ்செழுத்தின் உள்ளிருக்கும்
> மெய்ப்பொருளும் நீங்கள்
> ஆதிஜோதி மலையாக
> வளர்ந்து நின்றதும் நீங்கள்
> அண்ணாமலை தீயாக
> சுடலையும் சுடலையாடியும்
> எப்போதும் சிறியோர்கள்
> ஆறுகுற்றம் நூறு பிழை
> தெரியாமல் செய்தாலும்
> நூறு பிழை செய்தாலும்
> அத்தனையும் பொறுத்து
> ஆதரிக்க வேண்டும்
> அப்பா அம்மா குருபாதமே

என்னும் பாடலை ராகத்துடன் பாடுவார்.

பாட்டு முடிந்ததும் உரலிலிருந்து கீழிறங்கி மறுபடியும் முக்கியத் தெய்வத்தை வணங்கிவிட்டு மூன்றுமுறை கூச்சலிடு வார். பின் உரல்மீது அமர்ந்துகொண்டு கையில் கீறி ரத்தத்தை உரலைச் சுற்றிப் போடப்பட்டிருக்கும் இலைமீது விடுவார். காயம்பட்ட இடத்தைச் சிவப்பு அரளிப்பூவால் தேய்த்து

விட்டு அதைத் தூக்கித் தூர எறிவார். சில கோவில்களில் கையிலும் நாக்கிலும் வெட்டி ரத்தம்விடுமாறு சொல்வர். நாக்கை வெட்டுவது பாவனைதான்.

முந்தைய காலங்களில் கைவெட்டுக்காரருக்குக் கையில் தங்கம் அல்லது வெள்ளியாலான கடகம் போடும் வழக்கம் இருந்திருக்கிறது. இராமசுப்புவிடம் பழைய நினைவுகளைக் கிளறியபோது, அவரது சித்தப்பா ஒருவருக்குச் சீவலப்பேரி ஊரில் கைவெட்டுக்காக வெள்ளிக் கடகம் போட்ட நிகழ்ச்சி யைக் கூறினார். இப்போது புதுவேட்டி, துண்டும் கைவெட்டுக் கூலியும்தான். ஒரு சொட்டு ரத்தத்துக்கு இவ்வளவு எனக் கணக்கிட்டுக் கொடுக்கப்படுவதும் உண்டு.

இப்போது கல் உரலுக்குப் பதில் மர நாற்காலியைப் போடுகின்றனர். கைவெட்டு என்பது சடங்காக மட்டுமே நிகழ்கிறது. பலி தடைசெய்யப்பட்ட சமயத்திலும் கைவெட்டு நடந்தது. முந்தைய காலங்களில் ஒடுக்கப்பட்ட மக்களுக்கு உரிமையான கோவில்களில் கைவெட்டு நிகழ்ச்சி நடத்தப்பட வில்லை. மிக அண்மைக் காலமாக நிலைமை மாறியிருக்கிறது.

கணியான் ஆட்டச் சடங்கில் திரளை கொடுத்தலும் (திரளை வீசுதல்) ஒரு சடங்கு. பச்சரிசிச் சோறு, கைவெட்டுக் காரரின் குருதி, பலிகொடுக்கப்பட்ட விலங்கின் குருதி மூன்றையும் உருட்டி ஆகாயத்தில் எறிந்து நடத்தும் சடங்கு திரளை கொடுத்தல் எனப்படும். இதைக் காப்புக்கட்டிக் கொண்ட கைவெட்டுக்காரரே செய்வார். திரளை வீசுதல் என்பதற்குப் பேய்களுக்கு உணவூட்டுதல், திரண்டு வரும் பேய்களின் கூட்டம், சோற்றை உருட்டி வீசுதல் என்று பொருள் கூறுகின்றனர் கணியான்கள். இச்சடங்கு சுடலைமாடன் கோவில்களில் மட்டுமே நடக்கிறது.

கைவெட்டு நிகழ்ச்சி நடந்த அன்று இரவு 12 மணிக்குத் திரளை கொடுத்தல் நடக்கும். திரளை வீசக் கைவெட்டுக் காரர், மகுடக்காரர், கோவில் சாமியாடி, பந்தம் பிடிப்பவர் மட்டுமே சுடுகாட்டுக்குச் செல்ல வேண்டும் என்பது மரபு. மற்றவர்கள் கூடவே சென்றாலும் திரளை வீசும் இடத்துக்கு சற்றுத் தொலைவில்தான் நிற்க வேண்டும். சுடுகாடு இல்லாத இடங்களில் ஊரின் தெற்குப் பக்கம் உள்ள காட்டுப் பகுதியில் திரளை வீசுதல் நடக்கும்.

திரளை வீசும் இடத்தில் மண்ணைக் குழைத்துச் சிறிய மாடனைச் செய்து வைத்திருப்பர். அதன்முன் வாழை இலை விரித்து அதில் தேங்காய், பழம், மஞ்சள், பச்சரிசிச் சோறு படைக்கப்படும். கைவெட்டுக்காரர் கோடிவேட்டியைத்

தார்பாய்ச்சிப் பூணூல் அணிந்து நெற்றியில் திருநீறு துலங்க அமர்ந்திருப்பார். இப்போது குட்டி மாடனுக்குப் பூசை நடத்து வார். இந்த நேரத்தில் மகுடம் அடிக்கப்படும். கைவெட்டுக்காரர் மகுடத்தை நிறுத்தும்படி சமிக்ஞைசெய்வார். மகுடம் நின்றதும் அவர் கையின் கீழ்ப்பகுதியைக் கத்தியால் கீறி மூன்றுசொட்டு ரத்தத்தைப் பச்சரிசிச் சோற்றில் விடுவார். பின் கோழி அல்லது ஆடு பலி கொடுக்கப்படும். இதைக் கோவிலைச் சார்ந்த ஒருவர் செய்வார். பலியின் ரத்தம் பச்சரிசிச் சோற்றில் பரவலாகத் தெளிக்கப்படும்.

திரளை வீசுபவர் பச்சரிசிச் சோற்றைப் பிசைந்து உருட்டு வார். பின் எழுந்து நின்று மாடனை வணங்கிவிட்டுச் சோற்று உருண்டையை மேற்கு தவிர பிற மூன்று திசைகளிலும் வீசுவார். ரத்தச்சோற்றை வானத்திலிருந்து பேய்கள் தின்றுவிடும்; அது தரையில் விழாது என்பது நம்பிக்கை. திரளை வீசப்பட்டதும் மகுடம் அடிக்கப்படும்.

திரளை வீசப்பட்ட பின்பு சுடுகாட்டுக் குழியின் அருகே யாரும் நிற்கக் கூடாது. எல்லோரும் கோவிலுக்கு வந்துவிட வேண்டும். திரளை வீசுபவர் முக்கியத் தெய்வம் இருக்கும் அறைக்கு முன் வந்து வணங்கியதும், அதுவரை ஓய்வெடுத்துக் கொண்டிருக்கும் அண்ணாவி பாட ஆரம்பிப்பார்.

சில கோவில்களில் கைவெட்டு நிகழ்ச்சி இரவு நேரத்தில் நடக்கும். அது முடிந்த பின்பு பலிக்குருதியைப் பச்சரிசிச் சோற்றுடன் கலந்து ஒரு மண் சட்டியில் எடுத்துக்கொண்டு சுடுகாட்டுக்குப் போவர். அங்கே முறைப்படி திரளை வீசுதல் நடக்கும். சுடுகாட்டில் அல்லது ஊரின் தென்புறம் உள்ள இடத்தில் பலிபூசை நடக்க வேண்டும் என்பது நியதி.

சுடுகாட்டில் ஒரு மீட்டர் ஆழத்துக்குக் குழிவெட்டி அதில் கைவெட்டுக்காரர் சம்மணம் போட்டு அமர்ந்து பூசைசெய்வார். இதன் பிறகு திரளை வீசும் சடங்கு நடக்கும். இது போன்ற நிகழ்ச்சி சில கோவில்களில் அபூர்வமாகவே நடக்கிறது.

அண்மைக் காலங்களில் தென்மாவட்டங்களில் சில கோவில்களில் பலி வேண்டாம் என ஊர் மக்கள் கூட்டம் போட்டு முடிவுசெய்துள்ளனர். இந்தக் கோவில்களில் பச்சரிசிச் சோற்றுடன் குங்குமத்தைக் கலந்து பிசைந்து திரளை வீசு கின்றனர். விலங்குக்குப் பதில் பூசணிக்காயை (தடியங்காயை) வெட்டி அதன் வெட்டுப் பகுதியில் குங்குமம் தடவுகின்றனர்.

சுடலைமாடன் கோவில் விழாவில் வெள்ளிக்கிழமை பகலில் கைவெட்டு நிகழ்ச்சி முடிந்ததும் சாமியாடி ஆடத் தொடங்குவார். கோமரம் வருவதற்கு அடையாளமாக அவர் நின்ற நிலையில் லேசாக ஆடுவார். கொஞ்ச நேரத்தில் அவருக்கு

ஆவேசம் வந்துவிடும். இப்போது 'ஓய், ஓம்' என்று சப்தமிட்டுக் கொண்டே ஆட ஆரம்பிப்பார். இதே சமயம் கணியான் குழுவினரில் ஒருவர் சாமியாடியுடன் ஆடுவார்.

சாமியாடியுடன் ஆடும் இந்த ஆட்டக்காரர் காப்புக்கட்டிக் கொண்டவரல்ல. இவர் பயங்கரமான தோற்றமுடைய முக மூடியை அணிந்திருப்பார்.[6] இந்த ஆட்டக்காரர் உடலின் எல்லா இடங்களிலும் திருநீறு பூசியிருப்பார். இடுப்பில் காவிவேட்டி கட்டியிருப்பார். இவரது ஆட்டம் கோமாளித் தனமாக இருக்காது. இவர் வெகுதீவிரமாக ஆடும் தோற்றம் உடையவராய் நடிப்பார். இந்த ஆட்டம் சாமியாடியின் அருளைக் கூட்டுவதாயும் இருக்கும்.

பேயாட்டத்தின்போது அண்ணாவி சுடலைமாடன் கதையில் வரும் திகிலூட்டும் அல்லது ஓசை மிகுந்த பாடல் பகுதியைப் பாடுவார். கணியான் பெண் ஆட்டக்காரர்களும் பேயாட்டக்காரருடன் ஆடுவார்கள். இந்தப் பேயாட்டத்தை வழிபாட்டின் கூறாகவே எடுத்துக்கொள்ளுகின்றனர்.[7] இந்த ஆட்டம் அம்மன் கோவில்களில் நடைபெறாது. பேயாட்ட நிகழ்ச்சியைத் தனியாகவே ஏற்பாடு செய்கின்றனர். இதை ஆடுகிறவர் பெண் வேடமிட்டு ஆடவும் செய்வார். கோவிலின் நிதிநிலையைப் பொறுத்து இந்த ஆட்டம் அமையும்.

அம்மன் கோவில் விழாவில் மட்டுமே நடப்பது அம்மன் கூத்து. இது பிற நாட்டார் தெய்வக் கோவில்களில் நடப்பதில்லை. பலி கொடுக்கப்படும் அம்மன் கோவில்களில் கைவெட்டுச் சடங்கு நடக்கும். இக்கோவில்களில் அம்மன் கூத்தும் நடக்கும். ஆனால் திரளை வீசுதல் இங்கு நடப்பதில்லை. அம்மன் கோவில்களில் காப்புக்கட்டும் நிகழ்ச்சி திங்கள்கிழமை மாலை யில் நடக்கும். செவ்வாய்க்கிழமைப் பகலில் கைவெட்டு முடிந்த பின்பு பலியும் அம்மன் கூத்தும் நடக்கும். அம்மன் கூத்தும் பேயாட்டம் போன்றதுதான். பெயரும் ஒப்பனையும்தான் வேறுபட்டிருக்கும்.

செவ்வாய் இரவில் முக்கியத் தெய்வத்தின் முன்னால் சாமியாடுபவர் ஆடும்போது அம்மன் கூத்து நடக்கும். இதை ஆடுபவர் காப்புக்கட்டிக்கொண்டவரோ மகுடம் அடிப்பவரோ அல்ல. உள்ளாடை தெரியாதபடி இவர் வேப்பந்தழையை இடையில் அடர்த்தியாகக் கட்டியிருப்பார். உடம்பு முழுக்கத் திருநீறு பூசியிருப்பார். இரண்டு கைகளிலும் வேப்பங்குலை வைத்திருப்பார். இவருடன் கணியான் பெண் ஆட்டக்காரர் களும் சாமியாடியும் ஆடுவார்கள். இந்த நேரத்தில் அண்ணாவி அம்மனைப் புகழ்ந்து பாடுவார். பெரும்பாலும் இது முத்தாரம்மன் கதை ஏட்டில் உள்ள பாடலாய் இருக்கும்.

அம்மன் கூத்து நடக்கும்போது அம்மனைப் பரிகசித்துப் பாடும் பாடல்களைப் பாட அண்ணாவிக்கு உரிமை உண்டு, ஆனால் கோவிலைச் சார்ந்தவர்கள் அதை விரும்பமாட்டார்கள்; ஊர்மக்களிடம் இது சலசலப்பை உண்டாக்கும் என்பதால் அப்படிப் பாடுவதில்லை. கணியானுக்கும் அம்மனுக்கும் உள்ள உறவு தாய் – மகன் உறவு. இதற்குப் பின்னணிக் கதையும் உண்டு (பி.இ.எண். 4).

கணியான் ஆட்டம் எதிர்காலத்தில் எப்படி இருக்கும் என்று மூத்த அண்ணாவிகளிடம் கேட்டபோது பெரும் பாலானவர்கள் அழிந்துவிடும் என்றார்கள். கோவில் சடங்குக் கூறுகளின் மாற்றமும் மேல்நிலையாக்கமும் பட்டிமன்றம், திரைப்படம் போன்ற பொழுதுபோக்கு அம்சங்களையே கோவில் விழாக்களில் மக்கள் விரும்புவதும் இதற்கு முக்கியக் காரணங்கள்.

இன்றைய நிலையில், சுடிதார் அணிந்து நவீன ஒப்பனை யுடன் ஆடும் கணியான் ஆட்டக்குழுக்களும் உள்ளன. கணியான் சாதி, பழங்குடிமக்கள் பிரிவில் சேர்க்கப்பட்டுவிட்டதால், இச்சாதியினர் படிப்பு, அலுவலகப் பணி என முன்னேறி வருகின்றனர். இதனால் கலை நிகழ்த்துபவர்களின் எண்ணிக்கை குறைந்து வருகிறது. இந்தக் கலையை வேறு சாதிக்காரர்களும் நிகழ்த்த ஆரம்பித்துவிட்டனர்.[8]

இருபதாம் நூற்றாண்டின் ஆரம்பத்தில் கணியான் ஆட்டக் கலைஞர்கள் ஸ்பெஷல் நாடகத்தால் பாதிக்கப்பட்டனர். அக்காலகட்டத்தில் நாடகக் கலைஞர்களைப் போலவே தங்கள் பெயருடன் தாஸ் என்னும் பின்னொட்டை வைத்துக் கொண்டனர். வானுமாலையின் தந்தை பெயர் பெருமாள் தாஸ். இவர் நாடகக் கலைஞரும்கூட. கணியான் சாதிக்காரரான ராமதாஸ், வீரபாண்டியன் பட்டினத்தில் ஒரு நாடகக் குழு வைத்திருந்தார். பாணாங்குளம் ராமசாமி, சிவகலை ராமச் சந்திரன் போன்றோர் ஸ்பெஷல் நாடகத்தில் நடித்திருக் கின்றனர். இவர்கள் ஆட்டத்தில்கூட நாடகப் பாணியைப் புகுத்தியுள்ளனர்.

நாடகச் செல்வாக்கால்தான் கணியான் ஆட்டக் கலையின் உரைவிளக்கம் நீட்சி பெற்றது. முந்தைய காலங்களில் பாட்டு மட்டுமே பெருமளவில் இடம்பெற்றிருந்தது. கணியான் கலைஞர் கள் நாடகப் பாணியில் உரைவிளக்கத்தை அமைத்தபோது பார்வையாளர்களும் இதைப் பெரிதும் விரும்பியிருக்கின்றனர்.

இன்று குழுமனப்பான்மை குறைந்துவிட்டது. ஆட்டக்காரர், மகுடக்காரர், பின்பாட்டுக்காரர் எல்லோருமே குறிப்பிட்ட

குழுவில்தான் இருக்க வேண்டும் என்னும் கட்டாயம் இப்போது இல்லை. கூட்டுக்குடும்பச் சிதைவும் படிப்பு, அலுவலகப் பணி காரணமாகக் குடிப்பெயர்ச்சியும் ஒரே குழு என்னும் கொள்கையை மாற்றிவிட்டன. இதனால் ஒத்திசைவும் இல்லாமல் ஆகிவிட்டது.

சடங்கு சார்ந்த இக்கலை பொதுமேடையில் நிகழ்த்தப் படுவதால் ஏற்படும் மாற்றத்தைக் கலைஞர்களே கிண்டலாகத் தனிப்பட்ட முறையில் சொல்லுகின்றனர். இதன் சடங்குக் கூறுகள் எதிர்காலத்தில் முழுவதுவும் அழிய வாய்ப்பிருக்கிறது.

குறிப்புகள்

1. பறை என்னும் இசைக் கருவியைக் கொண்டு நிகழ்த் தப்படும் பறையாட்டக் கலை மிக அண்மைக் கால மாகத் தப்பாட்டம் என வழங்கப்படுவது போன்றுதான் இதுவும்.

2. அக்காலத்தில் நடிப்பு, ஆட்டத் தன்மையுடைய நிகழ்த்து கலைகள் கூத்து என்னும் பொதுச்சொல்லால் குறிக்கப் பட்டிருக்கின்றன. புகழ்பெற்ற கணியான் ஆட்டக் கலைஞரான கலைமாமணி இராமசுப்புக் கணியானின் தந்தை பாணாங்குளம் இராமசாமி, "கூத்தாடப் போறேன், கூத்துக்கு முன்பணம் வாங்கப்போறேன். கூத்து முடிஞ்சு வர நாழியாச்சு" என்று சாதாரணமாகப் பேசுவதை இராமசுப்பு ஒருமுறை நூலாசிரியரிடம் சொன்னார்.

3. திருநெல்வேலி, கன்னியாகுமரி மாவட்ட எல்லையில் உள்ள ஒரு கிராமத்தில் சுடலைமாடன் கோவில் விழா வின் நடு இரவில் இராமசுப்புக் கணியானைச் சந்தித் தேன். அது கலை நிகழாத நேரம். சாமியாடி கோவிலைச் சுற்றிவந்துகொண்டிருந்தார். கூடவே கரகாட்டக்காரர் களும் ஆடிக்கொண்டே போனார்கள். இராமசுப்பு என்னிடம் பேசிக்கொண்டிருந்ததைப் பார்த்த கோவில் நிர்வாகி ஒருவர் இராமசுப்புவிடம் சாமியாடியின் பின்னே போகும்படி மரியாதை இல்லாமல் பேசினார். இராமசுப்பு குழந்தையைப் போலப் பயந்துபோய்ச் சாமியாடியின் பின்னே ஓடினார். அந்தச் சமயத்தில் அவர் கலைமாமணி விருதும் தில்லி சங்கீத நாடக அகாதமி விருதும் வாங்கிவிட்டார்.

4. சிலரிடம் அபூர்வமாக உள்ளன. குற்றாலம் மகளிர் கல்லூரிப் பேராசிரியை மகாலட்சுமி கணியான் ஆட்டக்

கலைஞர் ஒருவரிடமிருந்து பெற்ற இசக்கியம்மன் கதைப் பாடலை நூல் வடிவில் கொண்டுவந்துள்ளார்.

5. 'ஊர்மேல் சோறு, வண்ணான்மேல் மாத்து' என்பது பழைய மொழி. இதன் பொருள் ஊர்மக்கள் தயவால் கணியான்களுக்கு நல்ல சாப்பாடு கிடைக்கும்; வண்ணான் தயவால் நல்ல மாத்துச் சேலையும் கிடைக்கும்.

6. முந்தைய காலங்களில் இயற்கையில் கிடைத்த சாயத்தை முகத்தில் பூசினர். பின்னர் காகித முகமூடி அணிந்தனர். இப்போது பிளாஸ்டிக் முகமூடியையும் பயன்படுத்து கின்றனர். இந்த ஆட்டம் மிகவும் அச்சமூட்டுவதாய் இருக்கும். இதற்குத் தகுந்தவாறு முகமூடி தயாரிக் கின்றனர்.

7. நாட்டுப்புற ஆட்டம் வழிபாட்டின் கூறாக இயங்கிய நிலை ஆரம்ப காலத்தில் இருந்தது. சடங்கு சார்ந்த ஆட்டத்தின் வழிக் கடவுளின் சக்தியைப் பெற முடியும் என்னும் நம்பிக்கை முந்தைய வழிபாட்டின் கூறாகக் கருதப்படும். இந்தியாவில் கர்நாடக நாட்டுப்புற நடனங் களை இதற்கு நல்ல உதாரணமாக மானிடவியலார் கூறுகின்றனர். யட்சகானம் ஆரம்ப காலத்தில் வழி பாட்டுக் கூறுடையதாகவே இருந்தது [Karanth (1975) p. 91, 96, 97].

கேரளத்தில் பிரபலமாக உள்ள தெய்யனாட்டத்தில் வழிபாட்டுக் கூறுகள் அதிக அளவில் இருந்தன. இது தாய்த் தெய்வ வழிபாட்டுடன் தொடர்புடையது. இத்தகு ஆட்டங்களின் போது ஆட்டக்காரர் தன்னைத் தெய்வப் பிரதிநிதியாகவே காட்டிக்கொள்ளுகிறார்.

8. தோல்பாவைக் கூத்துக் கலைஞரான கலைமாமணி பரமசிவராவின் மகன் முத்துலிங்கம் பெண் வேடம் கட்டி ஆடுகிறார். இவர் மராட்டியக் கணிகர் சாதியின் மண்டிகர் உட்பிரிவினர். இவரைப் போல் வேறு பலரை யும் உதாரணமாகச் சொல்லலாம்.

கணியான் ஆட்டக் காட்சிகள்

கணியான் ஆட்டக் காட்சிகள்

3

வில்லிசையை ஒத்து நடக்கும் கலைகள்

வில்லிசைக் கலையின் கூறுகளான இசைக் கருவிகள், விளக்கம் கூறுதல், பாடுபொருள், பின்பாட்டுப் பாடுதல், கோவில் விழாக்களில் நிகழ்தல், நாட்டார் தெய்வத்தை வரத்திப் பாடுதல் ஆகியவற்றுள் சிலதை உள்ளடக்கிய வேறு நாட்டார் கலைகளும் உள்ளன. கணியான் ஆட்டம், கட்சிப்பாட்டு, போட்டிக் கதைப் பாடல், கதைவாசிப்பு என்னும் இவற்றுக்கும் வில்லிசைக் கலைக்கும் ஒத்த தன்மைகள் இவற்றை ஒரே வரிசையில் இணைக்கின்றன.

வில்லிசையும் கணியான் ஆட்டமும்

பாடுபொருள், கோவில் விழாவில் நிகழுதல், தெய்வத்தை வரத்திப் பாடுதல், நிகழிடம் ஆகியவற்றால் கணியான் ஆட்டம் வில்லிசைக் கலையுடன் ஒத்துப்போகின்றது. என்றாலும் ராக அமைப்பு, இசைக் கருவிகள், விளக்கம் சொல்லுதல், பாடும் முறை, மரபைக் காத்தல், நாட்டுப் புறத் தெய்வ வழிபாட்டுடன் இணைந்த நிலை போன்றவற்றால் வேறுபட்டும் நிற்கிறது. இவற்றின் கலைஞர்களுக்கு இடையிலும் வேறுபாடுகளுண்டு.

கணியான் ஆட்டத்தை வில்லிசைக் கலையிலிருந்து பிரித்துக்காட்டுவது ஆட்டத்தை நிகழ்த்தும் கலைஞர்களின் ஜாதிதான். கணியான் ஆட்டம் தனிப்பட்ட சாதிக்குரியது. இந்தச் சாதியின் தோற்றம் பற்றிய கதை புராணத் தன்மை கொண்டது. இந்தத் தனித்துவமே இக்கலையைக் காப்பாற்றிவருகிறது.

வில்லிசைக் கலையை எல்லாச் சாதியினரும் நிகழ்த்து கின்றனர். இது கோவிலைச் சாராத மேடைகளிலும் இடம் பெறுகிறது. கணியான் ஆட்டத்தைப் போன்று சடங்கியல் தன்மை களும் இல்லாதது. வில்லிசைக் கலைஞர்கள் இதைத் தங்கள் வாழ்வின் ஆதாரமாகக்கொள்ளவில்லை.

கணியான் ஆட்டக் கலைஞர்களோ கலையை மட்டுமே நம்பி வாழ்பவர்கள். கணியான் ஆட்டம் மாறாத தன்மையுடன் இருப்பதற்கு இதுவும் ஒரு காரணம். வில்லிசைக் கலையின் அமைப்பில் ஏற்படும் வேகமான மாற்றத்திற்கு அது சாதித் தொடர்பற்றது, பொதுமேடையில் பாடப்படுவது என்பவையும் காரணங்கள்.

சுடலைமாடன், முத்தாரம்மன், இசக்கியம்மன் போன்ற நாட்டுப்புறத் தெய்வக் கோவில்களில் வில்லிசையும் கணியான் ஆட்டமும் கட்டாயம் நிகழ்த்தப்படுபவை. இவ்விரு கலைகளை யும் முக்கியத் தெய்வத்திற்கு எதிரே உள்ள இடத்தில் நடக்க வேண்டும் என்பது நியதி. கோவில் விழாவில் வில்லிசைக்கு என்று தனிமேடை அமைப்பது போன்று கணியான் ஆட்டத் திற்கு அமைப்பதில்லை.

கணியான் ஆட்டக்காரர்கள் தங்கள் நிகழ்த்துதலுக்காக முக்கியத் தெய்வத்திற்கு முன்பகுதியிலுள்ள இடத்தைப் பயன் படுத்துகின்றனர். இதில் பாடுபவரும் இசைக் கருவியை அடிப்ப வர்களும் நின்றுகொண்டே நிகழ்ச்சி நடத்துவதால் குறைந்த அளவு இடமே போதும். வில்லிசையின் நிலை வேறு.

வில்லிசைக் கலைஞர் அமர்ந்துகொண்டு மட்டுமே பாட முடியும். அக்கலையின் அமைப்பு அப்படி. கோவில் விழாவின் ஆரம்பம் முதல் இறுதிவரை இவர்கள் இயங்குவது ஒரே இடத்தில்தான். எந்த நிலையிலும் இவர்கள் நின்று பாடுவதில்லை. இடம் மாறுவதும் இல்லை.

கணியான் கலைஞர்கள் கோவிலைச் சுற்றியுள்ள பகுதி களிலும் பாட வேண்டி வரலாம். நையாண்டிமேளம், கரகம் போன்றே கணியான் ஆட்டக்காரர்களும் சாமியாடியின் பின்னே செல்கின்றனர். இவர்களின் ஆடுகளம் சில இடங் களில் எல்லைதாண்டிப் போவதுண்டு. வில்லிசையின் நிலை இதற்கு எதிரானது.

வில்லிசைக் கலைக்குரிய கதைகளையே கணியான் ஆட்டத் தில் பாடுவதாக இருந்தாலும் இதில் வேறுபாடுண்டு. கோவில் சார்ந்த கலையாக இருந்தாலும் வில்லிசை பொதுமேடை களிலும் பாடப்படுவது. அதனால் இதன் பாடுபொருள் பரந்த அளவில் இருக்கிறது. மகாத்மா, காமராசர் போன்ற தலைவர்

களையோ எய்ட்ஸ் தடுப்பு, சுற்றுச்சூழல் பாதுகாப்புப் பற்றியோ பாடுவதற்கேற்ப வளைந்து கொடுப்பது வில்லிசை. இதன் விளக்க முறையும் துணைக்கலைஞரான குடம் அடிப்பவரின் சம்பாஷணையின் வேகமும் இதற்கு உதவும். கணியான் ஆட்டத்தின் நிலை வேறு.

வில்லிசையில் அகாலமரணச் செய்திகள் பாடுபொருளாய் உள்ளன. அகாலமரணமடைந்து தெய்வமானோர் (எ.கா. *சிதம்பர நாடார் கதை, வன்னிராசன் கதை*) தொடர்பான கோவில்களில் இக்கதைகளைப் பாட வில்லிசைக் கலைஞரையே விரும்பு கின்றனர். கணியான் பாடகர் இது போன்ற அகாலமரணக் கதைகளைப் பாடுவது அபூர்வம்தான் (எ.கா. *முத்துப்பட்டன் கதை*).

கணியான் ஆட்ட நிகழ்வில் மாடன், காளி, இசக்கி ஆகிய தெய்வங்களையும் இவற்றின் வகைப்பாடுகளையும் பாட வேண்டும் என்பது முறை. இராமாயண, பாரதக் கதைகள் இதன் பாடுபொருளானது பிற்காலத்தில்தான். வில்லிசையின் நிலை வேறு. நாட்டார் தெய்வம் பற்றிய கதைகளையும் காவியக் கதைகளையும் ஆரம்பகாலத்திலிருந்தே பாடும் வழக்கம் இக்கலை நிகழ்வில் உண்டு.

ஒருவகையில் வில்லிசை எழுத்திலக்கியத் தொடர்புடையது. இதற்குரிய கதைகள் ஏட்டில் எழுதிவைக்கப்பட்டுள்ளன. தென் மாவட்டங்களில் நிகழ்த்துகலைகளுக்குரிய பாடல்கள் கிடைக்கும் பட்டியலில் பெருமளவில் கிடைத்துக்கொண்டிருப்பவை வில்லிசைக்குரிய கதைகள்தாம்.

கணியான் ஆட்டத்திற்கான கதைகள் வில்லிசைக் கதை களைப் பின்பற்றியவையே. இவற்றை எழுதிவைப்பதில்லை. இக்கலைக்குரிய பாடல்களும் விளக்கமும் பெருமளவில் வாய்மொழி சார்ந்தவை. கதைப்பாடல்களின் வாய்மொழிக் கூற்றை ஆராய்வதற்குரிய களம் கணியான் ஆட்டம்தான்.

கணியான் ஆட்டக் கலைஞர்கள் தங்களுக்கு அறிமுக மில்லாத கதைகளைப் பாடுவதில் தயக்கம்காட்டுகின்றனர். வில்லிசைக் கலைஞர்களின் நிலை வேறு. கோவிலைச் சார்ந்த வர்கள் புதிய கதைகளைச் சொன்னால் அதனடிப்படையில் நிகழ்ச்சியை நடத்துவதில் இவர்களுக்குச் சிக்கல் இல்லை. கதைப்பாடல் ஏட்டை மேடையிலே வைத்து ஒருவர் வழிகாட்ட, வில்லிசைக் கலைஞர் பாடுவது என்னும் மரபு அண்மைக் காலம் வரையிருந்தது.

கணியான் ஆட்டக் கலைக்கு உரிய இசைக் கருவிகள் மகுடமும் ஜால்ராவும் மட்டும்தான். கடந்த முந்நூறு ஆண்டு

களாக இதில் எந்த மாற்றமும் இல்லை. "மகுடச் சத்தம் கேட்டால் ஒழிய மாடன் பூசை கொள்ளுமோ" என்பது இலக்கிய வரி. இந்தக் கலையிலிருந்து மகுடத்தைப் பிரிக்க முடியாது. இக்கலைஞர்கள் வேறு இசைக் கருவிகளைப் பயன் படுத்த விருப்பமற்றவர்கள்.

வில்லிசைக் கலைக்கு உரிய இசைக் கருவிகள் வில், உடுக்கை, குடம், ஜால்ரா, கட்டை ஆகியன என்பது பழைய வழக்கு. புராட்டஸ்டென்ட் சர்ச்சுகளில் ஹார்மோனியம் அறிமுகப் படுத்தப்பட்ட காலத்தைத் தொடர்ந்து வில்லிசையும் அதை ஏற்றுக்கொண்டது. இன்று நிலை முழுக்க மாறிவிட்டது. பெயருக்கு வில்லிசைக் கருவியை வைத்துக்கொண்டு பிற நவீன இசைக் கருவிகளைப் பெரும் அளவில் பயன்படுத்துவது இயல்பாகிவிட்டது.

கணியான் ஆட்டப் பாடல்களில் அடானா, ஆனந்த பைரவி, கல்யாணி, கமாசு, காம்போதி, காபி, கானடா, சண்முகப்பிரியா, நாட்டை, நீலாம்பரி, பைரவி, முகாரி ஆகிய ராகங்கள் பயன்படுத்தப்படுகின்றன. கணியான் ஆட்டத்தில் சோகம், கொடூரம் ஆகிய இரு உணர்வுகளும் மிகை.

இரு கலைகளிலும் வர்ணமெட்டில் வேறுபாடுகள் உள்ளன. வில்லிசையில் ராக வேறுபாடுகள் தெளிவாகவே உணரும்படி அமைந்திருக்கும். கணியான் ஆட்டத்தில் ராகங்கள் முழுமை யற்றுத் தோய்ந்துபோய் இருக்கும். இதில் சண்முகப்பிரியா விலிருந்து காம்போதிக்கும் முகாரிக்கும் மாறிமாறித் தாவுவது என்பது சாதாரணம்.

கணியான் ஆட்ட நிகழ்ச்சியில் மகுடத்தின் உச்ச ஒலிக்குத் தக்க பாட வேண்டியிருப்பதால் எல்லாப் பாடல் வடிவங்களும் உச்சமாகவே ஒலிக்கும். இதனால் கணியான் பாட்டை அசுர தேவாதீசுரம் என்பர். வில்லிசைப் புலவர்களின் பாட்டுக்குச் சுதிசேர்க்கும் முறையில் ஏற்ற இறக்கம் உண்டு.

வில்லிசையில் உரைவிளக்கம் இசையுடன் இருப்பதில்லை. முந்தைய காலங்களில் இது ஒருவகையான பாட்டுத் தன்மை யுடன் இருந்தாலும் இப்போது முழுக்கவும் நாடகப் பாணியில் நடக்கிறது.

கணியான் ஆட்டத்தில் பாட்டின் உரைவிளக்கம் இசை யுடனேயே இருக்கும். அதோடு ஆட்டக்காரர்களின் கால் சலங்கையின் மெல்லிய ஒலியும் மகுடத்தின் லேசான சத்தமும் புலவரின் விளக்கத்துக்குப் பின்னணியாக இருக்கும். வில்லிசை யில் உரைவிளக்கத்தில் ஏற்பட்டது போன்ற பெரிய மாற்றம் கணியான் ஆட்டக் கலையில் ஏற்படவில்லை.

அ.கா. பெருமாள்

வில்லிசையில் உரைவிளக்கத்தில் துணைக்கலைஞர்கள் 'ஆ...மா' என நீட்டிப் பாடுவது போன்று கணியான் ஆட்டத் திலும் பாடுவர். ஆனால் அண்ணாவியின் உரைவிளக்கத்தின் இடையே பேசும் வழக்கம் கணியான் ஆட்டத்தில் இல்லை.

வில்லிசைக் கலைஞர் மேடையில் அமர்ந்து பாடுவதால் பாட்டின் ஒலி குறைந்து கேட்பதாகவும் கணியான் ஆட்டத்தில் அண்ணாவி நின்றுகொண்டு பாடுவதால் பாட்டு உச்சமாக ஒலிப்பதாகவும் கூறுகின்றனர்.

வில்லிசையில் புலவர் இசைக் கருவியை வீசுகோலால் அடிக்கும்போது உடலை அசைத்துக்கொண்டும் வீசுகோலைப் பலவகை அசைவுகளுடன் அடிப்பதையும் நடைமுறையில் கொள்ளுகின்றனர். கணியான் ஆட்டக் கலைஞர்கள் பாடும் போது கால்களை நகர்த்தாமல் நின்ற இடத்திலேயே ஆடுவர்.

கணியான் ஆட்டத்தைப் பிற கலைகளிலிருந்து பிரித்துக் காட்டுவதாக இக்கலைக்கும் நாட்டார் தெய்வ வழிபாட்டுக்கும் இடையே உள்ள உறவைக் குறிப்பிடலாம். கணியான் ஆட்டக் கலைஞர்களின் தோற்றத்தைப் புராணத்தன்மையுடன் கூறுதல், கணியானைத் துணைத்தெய்வமாக வழிபடல், கணியான் ஆட்டத்தைப் பொதுமேடையில் நிகழ்த்தத் தடை (இன்றைய நிலை வேறு) போன்றவை இதை வில்லிசைக் கலையிலிருந்து பிரித்துக்காட்டுகின்றன.

வில்லிசைக் கலையின் வரத்துப் பாடுதல் மட்டுமே நாட்டார் கோவிலின் வழிபாட்டுக் கூறுகளுடன் தொடர்பு டையது. அதோடு வில்லிசைக் கலையில் இன்றைய மாற்றங்கள் எதிர்காலத்தில் இதை வழிபாட்டுத் தொடர்பிலிருந்து முழுக்க அறுத்துவிடுமோ என்னும் சந்தேகத்தையும் கிளப்புகின்றன.

கணியான் ஆட்டக் கலை குறிப்பிட்ட சாதிக்கு உரியதால் மரபு வரன்முறையுடன் தொடருகிறது. இதனால் இக்கலைஞர் களிடம் பொதுத்தன்மை பாதுகாக்கப்பட்டுக் கலைக்குழு வினரிடையே வேறுபடும் தன்மை குறைவாக உள்ளது. வில்லிசை யின் நிலை வேறு; தொழில்முறை, பொழுதுபோக்கு, விளம்பரம் என நிகழ்த்தப்படுவதால் மரபை உடைத்துக் காலச் சூழ்நிலைக் கேற்ப மாறிவருகிறது.

கணியான் ஆட்டக் கலைக் குழுவில் உதவியாளர்களாகச் சென்று பயில்கின்றனர். வில்லிசைக் கலை குருவழி பயிலப் படுவது. அதோடு கணியான் குழுவில் ஒத்திகை பார்க்கும் வழக்கம் இல்லை. வில்லிசைக் குழுவில் ஒத்திகை தேவை எனக் கருதுகின்றனர்.

கணியான் பாட்டை ஒலிபெருக்கிவழிக் கேட்பதைவிட நேரடியாகக் கேட்கவே விரும்புகின்றனர். அதோடு பெண் ஆட்டக்காரர்களின் ஆட்டத்திற்கும் ரசிகர்கள் உண்டு. வில்லிசையில் முக்கியப் பாட்டுக்காரர் பெண்ணாக இருந்தால் நேரடி நிகழ்ச்சியை விரும்புகின்றனர். இக்கலைக்குரிய பாட்டை ஒலிபெருக்கிவழிக் கேட்பதிலும் தயக்கம் இல்லை.

வில்லிசையும் கட்சிப்பாட்டும்

மல்சரப்பாட்டு என மலையாளத்தில் அழைக்கப்படும் கட்சிப்பாட்டு[1] வில்லிசைக் கருவியை முதன்மையாகக் கொண்டது; பாடுபொருளும் வில்லிசைக்குரியதுதான்.[2] இரு குழுக்கள் தனித்தனிக் கட்சிகளாகப் பிரிந்து பட்டிமன்றம்போல் விவாதித்துப் பாடுவதால் இக்கலை கட்சிப்பாட்டாயிற்று. மலையாளத் தொடர்புடைய தல்லுகவியின் செல்வாக்கால் உருவானது.[3] இதுவும் நாட்டுப்புறத் தெய்வக் கோவில்களில் மட்டுமே நிகழ்வது.[4]

கட்சிப்பாட்டுக்குரிய இசைக் கருவிகள் வில், குடம், டோலக், ஜால்ரா ஆகியன. வில்லிசைக்குரிய வில் இசைக் கருவியையே கட்சிப்பாட்டிற்கும் பயன்படுத்துகின்றனர். அதற்குரிய வில் ஆடம்பரம் அற்றது. இதன் வில்மணிகள்கூடச் சிறியவை; வில் நாணோ பருத்த நூல் கயிறுதான்; வில்லும் சாதாரண மூங்கிலால் செய்யப்பட்டது.

கட்சிப்பாட்டில் பயன்படுத்தப்படும் குடம் சாதாரணச் செப்புக்குடம்தான். இந்தக் குடத்தை அசையாமல் வைத்திருக்கப் பந்தடை என்னும் உறுப்பும் கிடையாது. இதற்குச் சாதாரணப் புரிமனையையே பயன்படுத்துகின்றனர்.

குடத்தின் வாயை அடித்து ஒலி எழுப்பப் பயன்படும் பத்தி வில்லிசைப் பத்தியைப் போன்ற அமைப்புடையதாக இருப்பினும் அட்டைப் பத்தியையே கட்சிப்பாட்டிற்குப் பயன்படுத்துகின்றனர். கட்சிப்பாட்டிற்குரிய ஜால்ரா வில்லிசை நிகழ்ச்சிக்குரியதுதான்.

கட்சிப்பாட்டுக் குழுவில் 6 முதல் 8 கலைஞர்கள் இருப்பர். ஆக இரண்டு கட்சிகளிலும் சேர்த்து 12 முதல் 16 பேர்வரை இருப்பர். ஒவ்வொரு கட்சிக்கும் தனித் தலைவர் உண்டு; இவர் ஆசான் எனப்படுவார்.

வில்லிசைக் குழுவின் தலைவரான புலவர் மேடையின் முன்பகுதியில் நடுவில் அமர்ந்திருப்பதுபோலக் கட்சிப்பாட்டில் இருப்பதில்லை. குழுத்தலைவரான ஆசான் மேடையில் எந்த

இடத்திலும் அமரலாம். வில்லிசைக் கருவியை இயக்குபவர் மட்டுமே இரண்டு கட்சிக்காரர்களுக்கு நடுவில் இருப்பார். அவர் முன்னே வில் இசைக்கருவி இருக்கும். வில்லிசை நிகழ்ச்சி ஆரம்பிக்கும் முன்பு பின்பற்றப்படும் முறைகளே கட்சிப் பாட்டிலும் பின்பற்றப்படுகின்றன. வில்லிசையின் ராஜமேளம் இதிலும் உண்டு.

கட்சிப்பாட்டில் குழுத்தலைவரே வில்லை இயக்க வேண்டியதில்லை. இரண்டு கட்சிகளில் உள்ள எவரேனும் வில்லை அடிக்கலாம். அவர் இரண்டு கட்சிகளைச் சாராமல் கலைஞர்களின் பாட்டுக்கேற்ப வில்லை அடிக்க வேண்டும்.

கட்சிப்பாட்டில் வில்லிசையைப் போல அவை வணக்கம், குரு வணக்கம், கடவுள் வாழ்த்து பாடப்படுகின்றன. இவற்றை இரு குழுவினரும் இணைந்தோ தனித்தனியாகவோ பாடு கின்றனர். வணக்கப் பாடல் முடிந்ததும் ஒரு குழுவின் ஆசான் அன்று பாடப்போகும் கதை தொடர்பான பாடலைப் பாடுவார். அதில் மறைந்திருக்கும் கேள்விக்கும் தாளலயத்துக்கும் ஏற்றவாறு அடுத்த குழுவின் ஆசான் பாட வேண்டும்.

ஆசான்மார்களின் பாடல்களுக்கு ஏற்ப அவரவர் குழுவைச் சார்ந்தவர்கள் பின்பாட்டாக இணைந்து பாடுவர். அப்போது டோலக்கும் ஜால்ராவும் வில்லும் சேர்ந்து ஒலிக்கும். இப்படியாக ஒரு குழுவின் கேள்விக்கும் தாளத்திற்கும் ஏற்ப அடுத்த குழுவின் பதிலும் தாளமும் அமைந்திருக்கும்.

வில்லிசையைப் போன்று கட்சிப்பாட்டில் விளக்க உரை கூறும் நிலை இல்லை. இது தாளம், ஓசை ஆகியவற்றின் அடிப்படையில் இயங்குவது. வில்லிசையைப் போல் கட்சிப் பாட்டில் மூலபாடக் கதைக்கு முக்கியத்துவம் இல்லை.

கட்சிப்பாட்டில் வரத்துப் பாடலை இரு குழுவினரும் இணைந்து பாடுகின்றனர். இப்பாடல் வில்லிசைக்குரியதுதான். வில்லிசைக் கலையில், புலவர் வில்லை அடிக்கும்போது காட்டும் அங்க அசைவுகளைக் கட்சிப் பாட்டுக் கலைஞர்கள் காட்டு வதில்லை. கட்சிப்பாட்டில் வீசுகோலை வில்நாணின் மேல் லாவகமின்றியும் கவர்ச்சியின்றியும் அடிக்கின்றனர்.

வில்லிசையைப் போன்றே கட்சிப்பாட்டிலும் குடத்தின் வாய்ப்பகுதியை அட்டையால் தட்டுகின்றனர். ஆனால் கட்சிப் பாட்டில் குடத்தின் உடம்புப் பகுதியைச் சொத்திக் கட்டை யால் தட்டுவதில்லை. குடம் அடிப்பவர் இரண்டு குழுக்களில் உள்ள யாரேனும் ஒருவராக இருக்கலாம். வில்லிசையில் குடம் அடிப்பவருக்குள்ள முக்கிய இடம் கட்சிப்பாட்டில் கிடையாது.

ஒரு கட்சியில் உள்ள ஆசானின் கேள்விக்கோ தாளத்திற்கோ எதிர்க்குழுத் தலைவர் பொருத்தமாகப் பதில் கூறாமலோ தாளந்தவறிப் பாடினாலோ அக்குழு தோற்றதாகக் கொள்ளப் படும். ஆசான் அல்லாமல் அவரது குழுவில் உள்ள இன்னொரு வரும் பதில்பாட்டுப் பாடலாம். பாடுவதில் இடைவெளி இருத்தல் கூடாது.[5]

கட்சிப்பாட்டுக்குரிய பாடல்கள் தமிழிலும் மலையாளத் திலும் அமைந்திருக்கின்றன. ஒரு பாடலைத் தமிழிலும் அடுத்த பாடலை மலையாளத்திலும் அல்லது அரை மணி நேரம் தமிழிலும் பின் மலையாளத்திலும் பாடுவதுண்டு.

வில்லிசைக்குரிய கதைகளான *இசக்கியம்மன் கதை, இரவிக்குட்டிப் பிள்ளை போர், சாத்தா கதை, சிறுத்தொண்டன் கதை, மார்க்கண்டன் தபசு, முத்தாரம்மன் கதை* ஆகியவை கட்சிப்பாட்டு நிகழ்ச்சியில் பாடப்படுகின்றன. இவற்றுக்குரிய பாடல்களைக் கட்சிப்பாட்டு ஆசான்களே புனைகின்றனர்.

கட்சிப்பாட்டுக் கலைஞர்கள் வில்லிசைக் கலைஞரைப் போலத் தங்கள் கலையை மட்டும் நம்பி வாழாதவர்கள். இவர்கள் பெருமளவில் கூலிவிவசாயிகளாக உள்ளனர். வில்லிசைக் குழுத்தலைவரான அண்ணாவியைப் போன்றே கட்சிப்பாட்டுக் குழுத்தலைவரான ஆசானும் குழுவை நிர்வகிப் பவராகவும் கலையைக் கற்பிக்கும் ஆசிரியராகவும் இருக்கிறார்.

வில்லிசையும் போட்டி வேதக் கதைப்பாடலும்

போட்டி வேதக் கதைப்பாடல், மல்சர வேதப்பாட்டு, மத்தர வேதப்பாட்டு என அழைக்கப்படும் இக்கலை கன்னியா குமரி மாவட்டம் கல்குளம், விளவங்கோடு வட்டங்களில் கிறித்தவர் வாழும் கிராமங்களில் அபூர்வமாய் நிகழ்கிறது. இது அக்டோபர் – பிப்ரவரிக்கு இடைப்பட்ட மாதங்களிலும் கார்த்திகை மாத இறுதிப் பஜனைகளிலும் இரவு நேரங்களில் நிகழ்கிறது. கத்தோலிக்கக் கிறித்தவச் சமயத் தொடர்பான இக்கலை வில்லிசை, தல்லுகவி, கட்சிப் பாட்டு ஆகிய மூன்று கலைகளின் செல்வாக்கால் இந்த நூற்றாண்டு ஆரம்பத்தில் உருவானது.

கட்சிப்பாட்டைப் போன்றே போட்டி வேதக் கதைப் பாடல் நிகழ்ச்சியிலும் கலைஞர்கள் இரண்டு குழுக்களாக இருப்பர். ஒரு பிரிவில் 9 முதல் 15 பேர்வரை இருக்கலாம். இதில் வரையறை இல்லை. மூன்று அல்லது நான்கு பேர்களிடம் மரக்கட்டைத் தாள இசைக் கருவிகள் இருக்கும். இக்கலையில் வில் பயன்படுத்தப்படுவதும் உண்டு. ஆனால் கட்டாயம் அல்ல.

முதல் குழுவினர் வாழ்த்துப் பாடி முடித்ததும் அடுத்த குழுவினர் வாழ்த்துப் பாடுவர். இப்படியே குருநாதர் வாழ்த்து, ஊர் வாழ்த்து எல்லாம் பாடப்படும். முதல் குழு கதையைப் பாடியதும் அடுத்த குழு தொடரும்.

படைப்புக் கதை, நோவாக் கதை, கோலியாத் கதை, ஆபிரகாம் கதை, யோசேப் கதை, விவிலியக் கதைகள் ஆகியவை இக்கலையின் பாடுபொருள்கள். இதன் மூலப்பாடல்களில் உரைநடையும் பாட்டும் கலந்து வரும் (பார்க்க பி. இ. எண். 8). இக்கலைஞர்களின் குழுத்தலைவர் ஆசான் அல்லது புலவர் என அழைக்கப்படுகிறார்.

கதைவாசிப்பு

வில்லிசை தொடர்பான கதைப்பாடல்களை மட்டும் ஒருவிதமான ராகத்துடன் படிப்பதைக் கதைவாசிப்பு என்பர். இது மலையாளத்தில் வாயனப்பாட்டு எனப்படும்.

கதைவாசிப்பில் மூலப்பாடல்கள் அப்படியே பாடப்படும். இப்படிப் பாடுபவருக்குப் பின்பாட்டுப் பாடுவதும் உண்டு. இது பண்படாத ராகத்தில் இசைக் கருவிகள் துணையின்றியும் நிகழ்த்தப்படுவது. இது முக்கியத் தெய்வம் இருக்கும் அறைக்கு எதிர்ப் பகுதியில் நிகழும். இதற்குத் தனி மேடையும் அமைப்பதில்லை.

கதைவாசிப்பைக் கோவிலைச் சார்ந்தவரோ வேறு ஒருவரோ நடத்துவார். கதைவாசிப்பு நடக்கும் கோவில்களில் மூலக்கதை ஏடு கட்டாயம் இருக்க வேண்டும். இது இப்போது வழக்கில் இல்லை.

◆◇◆

குறிப்புகள்

1. கட்சிப்பாட்டை உருவாக்கியவர் என யாரையும் குறிப்பிட்டுச் சொல்ல முடியவில்லை. இதற்குரிய பாடல் வடிவங்களை எழுதிப் பயிற்றுவித்தவர்களாகக் கன்னியாகுமரி மாவட்டம் மணவாளக்குறிச்சி ஆற்றங்கரைக் குமாரபிள்ளை ஆசான், புலியூர்க்குறிச்சி மாதவன் ஆசான், கண்ணனூர் சங்கரன் ஆசான் ஆகிய மூவரைக் குறிப்பிடலாம். இவர்கள் இருபதாம் நூற்றாண்டின் முற்பாதியில் வாழ்ந்தவர்கள். இதனால் கட்சிப்பாட்டு 1930 – 60க்கு இடைப்பட்ட காலத்தில் உருவான கலை எனக் கூறலாம்.

2. வில்லுப்பாட்டுக்குரிய முத்தாரம்மன் கதை, சுடலை மாடன் கதை ஆகியவற்றின் மூலக்கதைப் பகுதியையே கட்சிப்பாட்டிற்கும் பயன்படுத்தினர்.

3. கோவில் விழாக்களிலும் பொதுமேடைகளிலும் நிகழும் தல்லுகவி என்னும் பாட்டு குமரி மாவட்டம் கல்குளம், விளவங்கோடு வட்டங்களில் மட்டுமே நிகழ்வது. கேள்வி – பதில் அமைப்பில் கைத்தாளத்தைப் பின்னணியாகக் கொண்டு தமிழிலும் மலையாளத்திலும் பாடப்பட்ட தல்லுகவி இன்று வழக்கில் இல்லை (பார்க்க பி. இ. எண். 7).

4. கட்சிப்பாட்டு குமரி மாவட்டத்தில் கல்குளம், விளவங் கோடு வட்டங்களில் நிகழும் கலை, குறிப்பாகக் கிருஷ்ண வகைச் சாதியுடன் தொடர்புடையது.

5. கட்சிப்பாட்டுக் கலை நிகழ்ச்சியில் பாடுவதற்குத் திணறும் குழுவை நோக்கி ரசிகர்கள் ஆரவாரம் செய்வதும் சிறப்பாகப் பாடும் ஆசானுக்குத் தங்கள் தலைப்பாகையை வீசி எறிவதுமான நிகழ்வுகள் 1990இல் கூடப் பார்க்கக் கிடைத்தன. கட்சிப்பாட்டு ரசிகர்கள் இரண்டு கட்சிகளாகப் பிரிந்து ஆரவாரிப்பதும் ஆரவாரம் முற்றிக் கைகலப்பு நிகழ்வதும் 1970இலும் நடந்தன.

4

கண்ணன் விளையாட்டு

தமிழக வைஷ்ணவக் கோவில்களுடன் தொடர்புடைய உறியடியிலிருந்து வேறுபட்டது கண்ணன் ஆட்டம். இக்கலை பெருநெறிக் கோவில்களில் நிகழும் கிருஷ்ண ஜெயந்தி விழாவில் நடந்தாலும், இதை நாட்டுப் புறக் கலைகளின் வரிசையில் அடக்க வேண்டியிருக் கிறது. இக்கலையை நிகழ்த்தும் முறை, கலைஞர்கள் இதனுடன் கொண்டுள்ள தொடர்பு, நிகழும் இடம், வழிபாட்டுக் கூறு எல்லாமே இதை நாட்டுப்புறக் கலைகளுடன் இணைக்கின்றன.

கிருஷ்ண ஜெயந்தி விழாவில் நிகழும் உறியடி பாகவதக் கதைச் செய்தியை நிகழ்த்திக்காட்டுகிறது. ஆயர்பாடி வீடுகளில் உறியிலிருந்து திருட்டுத்தனமாக வெண்ணெ யைத் திருடிய கண்ணனின் விளையாட்டை நாடகத் தன்மையுடன் அமைத்துக்காட்டுவதான உறியடி நிகழ்வு சடங்குத் தன்மை உடையது.

கிருஷ்ண ஜெயந்திக்கு ஆறாம் நாள், வீதியில் வாகனம் வரும்போது, கோவிலின் எதிரிலோ பரந்த வெளியிலோ இது நிகழும். ஐந்து மீட்டர் உயரமுள்ள இரண்டு மூங்கில் தூண்களின் குறுக்குச் சட்டத்தில் உறி தொங்கிக்கொண் டிருக்கும். இதனுடன் இணைந்துள்ள கயிற்றின் ஒரு முனையை ஒருவர் பிடித்துக்கொண்டு ஏற்றி இறக்குவார். கண்ணனாக நடிப்பவர் சிறிய கம்புடன் எம்பிக் குதித்தும் பதுங்கியும் உறியை அடிக்க முயல்வார். உறி ஏறி இறங்கும். உறி அடிக்கப்படும். அதிலுள்ள பானை உடைபட்டுப் பால், தயிர் போன்றவை சொரியும். இந்த நிகழ்ச்சி சடங்காகவே நிகழ்கிறது.

கண்ணன் விளையாட்டு கிருஷ்ண ஜெயந்தி விழா வுடன் தொடர்புடையது என்றாலும் தமிழகத்தில் நிகழும்

பொதுவான உறியடி நிகழ்விலிருந்து வேறுபட்டது. இது கன்னியா குமரி மாவட்டம் கல்குளம், விளவங்கோடு வட்டங்களில் மட்டுமே நிகழ்கிறது.[1] கிருஷ்ணன் கோவிலில் மட்டுமன்றிச் சிவன் கோவில்களிலும் இக்கலை நிகழ்கிறது. நாட்டுப்புறத் தெய்வக் கோவில்களில் நேர்ச்சைக்குரிய சடங்காகவும் நிகழ்த்தப் படுகிறது.

ஆவணி மாதத் தேய்பிறை அஷ்டமி திதியில் ரோகிணி நட்சத்திரத்தில் கிருஷ்ணன் பிறப்பு. இம்மாதத்தில் அஷ்டமி திதியில் தேய்பிறை 2 மணியிலிருந்து 3 மணிக்குள்ளான நேரத்தைக் கிருஷ்ணன் பிறக்கும் நேரமாகக் கருதுவர்.

கிருஷ்ணன் ஜனித்ததாகக் குறிக்கப்படும் நேரத்தில் பாலகிருஷ்ணன் படிமத்தைப் பரந்த வானத்தில் காட்டிப் பட்டால் மூடுவர். இது கிருஷ்ணன் பிறந்ததற்கு அடையாளம். இதன் பின்னர் அபிஷேகமும் பூஜையும் தொடர்ந்து கண்ணன் ஆட்டமும் நிகழும். பெரும்பாலும் இது இரவு 2 மணியிலிருந்து 4 மணிக்குள் நிகழ்த்தப்படும். இது பொதுவான நியதி. என்றாலும் இப்போது நிலைமை மாறிவிட்டது.

கண்ணன் ஆட்டத்தை நிகழ்த்தும் கலைஞர்கள் குறைந்த அளவில் இருப்பதால் கிருஷ்ணன் பிறப்பு அன்று இரவில் தான் இந்த நிகழ்ச்சி நடத்த வேண்டும் என்னும் முறை தளர்ந்து விட்டது. முந்தைய காலங்களில் அஷ்டமி திதி தேய்பிறையில் நடத்த வேண்டும் என்றிருந்த கட்டாயம் இப்போது நெகிழ்ந்து கலைஞர்களுக்கு வாய்ப்பாக உள்ள நாளில் நடத்தப்படுகிறது.

தென்திருவிதாங்கூரில் கல்குளம், விளவங்கோடு வட்டங் களில் கிருஷ்ணன் கோவில்களிலும் அம்மன் கோவில்களிலும் கார்த்திகை, மார்கழி மாதங்களில் பஜனைப் பட்டாபிஷேகம் என்னும் சிறிய விழா நடக்கிறது.[2] இந்த வட்டங்களில் அண்மைக் காலத்தில் உருவான புதிய கோவில்களிலும் இந்தப் பஜனை நடக்கிறது. புதிய கோவில்களில் தெய்வப் படிமங்கள் இல்லை; கிருஷ்ணன், அய்யப்பன், காளி படங்களே உள்ளன.[3]

தென்திருவிதாங்கூரில் பஜனைமடக் கலாச்சாரம் பற்றிய தகவல்கள் பெரிய அளவில் தொகுக்கப்படவில்லை. குட நாட்டிலும் நாஞ்சில்நாட்டிலும் வழக்கில் இருந்த பஜனை மடங்கள் திருவிதாங்கூர் அரசரான சுவாதித் திருநாள் காலத்தில் (1813 – 1846) அறிமுகப்படுத்தப்பட்டிருக்கலாம். இவர் காலத்தில் சாஸ்திரியக் கலைஞர்களும் கிராமியக் கலைஞர்களும் திருவிதாங் கூர் சமஸ்தானத்துக்குத் தஞ்சை மண்ணிலிருந்து குடிபெயர்ந்து வந்துள்ளனர்.

தஞ்சை மராட்டியர் காலத்தில் பிரபலமாயிருந்த ஹரிகதா காலட்சேபமும் பாகவதம் தொடர்பான கதைகளும் தென்திரு

விதாங்கூருக்குச் சுவாதித் திருநாள் காலத்தில் அறிமுகமாயின. திருவிதாங்கூர் அரசர்களும் வைஷ்ணவச் சார்பு உடையவர்களாதலால் பாகவதக் கதைகளைப் பரப்புவதிலும் வைஷ்ணவம் தொடர்பான கலைகளை ஆதரிப்பதிலும் ஆர்வம்காட்டினர். நாஞ்சில் நாட்டில் பஜனை விழா தோன்றுவதற்கும்[4] குடநாட்டில் பஜனை விழா பரவலானதற்கும் இது முக்கியக் காரணம்.

கார்த்திகை மாதத்தின் ஆரம்பத்திலிருந்து மார்கழி 11 அல்லது 12ஆம் தேதி முடிய 41 நாட்கள் பஜனைப் பட்டாபிஷேகம் நிகழ்கிறது. சில கோவில்களில் கார்த்திகை இறுதியில் ஆரம்பித்து மார்கழிக் கடைசியிலோ மார்கழி இறுதியில் ஆரம்பித்துத் தைமாதக் கடைசியிலோ முடிகிறது. ஒரு மண்டலம் (41 நாட்கள்) பஜனை விழா நிகழ வேண்டும் என்பது நியதி.

கல்குளம், விளவங்கோடு வட்டங்களில் உள்ள கோவில்கள் நாஞ்சில்நாட்டுப் பஜனை மடங்கள் போன்றவை அன்று. இவற்றில் பஜனை சிரத்தையுடன் செய்யப்படுகிறது. பஜனை விழாவின் இறுதியில் கோவில் படிமம் அல்லது படத்தைச் சிறு வாகனத்தில் வைத்து வீதி அல்லது சந்து வழியாகக் கொண்டு செல்கின்றனர். வாகனம் பெரிய அலங்காரத்துடன் இருக்காது. அதைத் தொடர்ந்து தவிலும் நாகஸ்வரமும் இசைக்கப்படும். வாகனம் செல்லும்போதும் நிற்கும்போதும் 'கோவிந்தராம சங்கீர்த்தனம்' எனக் கூறுவதுண்டு. வாகனம் குறிப்பிட்ட இடத்தில் இறக்கிவைக்கப்படும். அந்த இடத்தில் மைதானத்தில் கண்ணன் ஆட்டம் நிகழும்.

முந்தைய காலங்களில், பஜனை விழாக்களில் இவ்வாட்டத்தை நிகழ்த்துவதாகப் பக்தர்கள் வேண்டிக்கொள்ளுவர். உடல் நலம் பெறல், சுகப் பிரசவம், நெல் விளைச்சல் போன்றவை நேர்ச்சைக்குரிய காரணங்கள். நேர்ச்சை ஆட்டம் வாகனம் வீதிவழி வரும்போது நிகழும்.

நேர்ச்சைக்குரியவரின் வீட்டிற்கு முன்னால் வாகனம் வந்ததும் ஆட்டம் நிகழ வேண்டும் என்பது நியதி. இதற்காக உறியைத் தங்கள் வீட்டிற்கு முன்னால் மரத்திலோ பெரிய பனங்கம்புக் குறுக்குச் சட்டத்திலோ தொங்கவிட்டிருப்பர். கண்ணன் விளையாட்டுக்காரர் ஒவ்வொரு நேர்ச்சை வீடாக ஆடிக்கொண்டு வருவார். இவ்வாறு ஆடிவருவதற்கு 2 – 3 நாட்கள்கூட ஆகிவிடும். இது நேர்ச்சையின் எண்ணிக்கையைப் பொறுத்தது.

இப்போதும் இது நேர்ச்சைக்குரிய கலைதான். ஆனால் கோவிலைச் சார்ந்தவர்களே நேர்ச்சைப் பணத்தை வாங்கிக்கொண்டு நிகழ்ச்சியை ஒரே இடத்தில் நடத்திவிடுகின்றனர்.

அதனால் கண்ணன் ஆட்டம் இப்போது ஒரு நேர நிகழ்ச்சி யாகிவிட்டது.

கண்ணன் ஆட்டம் நிகழும் நேரமும் கிழமையும் குறித்த வரையறை இல்லை. ஆவணி, கார்த்திகை, மார்கழி, தை மாதங்களில் எப்போது வேண்டுமானாலும் நிகழலாம். இரவு அல்லது பகல் என இதற்கு வரையறையில்லை. இது ஊரின் நிலையைப் பொறுத்தது. நிலாக் காலங்களில் பின்னிரவு களிலும் இக்கலை நிகழ்கிறது.

குறிப்பிட்ட சில கலைஞர்களுக்கு அதிக அளவில் வரவேற்பு இருப்பதால் இவர்கள் ஒரே நாளில் இரண்டு மூன்று இடங்களில் ஆடுகின்றனர். கண்ணன் ஆட்டம் ஒரு மணிநேர நிகழ்ச்சி தான். பார்வையாளர்களின் எண்ணிக்கை, நிகழ்ச்சிக் கூலி அடிப்படையில் ஒன்றரை மணி நேரமும் நடக்கும். இதனால் ஆடும் நேரத்தைக் கலைஞர்களே தீர்மானிக்கின்றனர். ஒரு இடத்தில் ஆடிவிட்டு அடுத்த இடத்திற்கு வாடகைக் காரில் சென்று ஒப்பனைசெய்து ஆட ஆரம்பிப்பதுவரையுள்ள நேரத்தைக் கணக்கிட்டு முன்னரே சொல்லிவிடுகின்றனர். கோவிலைச் சார்ந்தவர்களும் ஊர் மக்களுக்கு இதைத் தெரிவித்து விடுகின்றனர். கண்ணன் ஆட்டம் ஒரு மணி நேர நிகழ்ச்சி தான். பார்வையாளர்களின் எண்ணிக்கையையும் நிகழ்ச்சிக் கூலியையும் பொறுத்து ஒன்றரை மணி நேரம் நடக்கும்.

இறைவணக்கம் பாடி, ஆட்டக்காரர் உறியைப் பிடித்து அரங்கைச் சுற்றி வருவதிலிருந்து அந்தரத்தில் தொங்கும் உறியைப் பிடித்துக் கம்பு கறக்கும் ஆட்டத்தை நிகழ்த்துவதுவரை உள்ள 18 ஆட்டங்கள் பொதுவாக ஆடப்படுவதில்லை. சாதாரணமாக 6 – 7 ஆட்டங்கள் நிகழ்கின்றன. எல்லா ஆட்ட முறைகளையும் அறிந்த கலைஞர்கள் சிலரே உள்ளனர். இவர்களும் பத்து ஆட்டங்களுடன் நிகழ்ச்சியை முடித்துக்கொள்ளுகின்றனர்.

கண்ணன் ஆட்டத்தில் உறி முக்கியப் பங்கு வகிக்கிறது. உறி என்பதற்கு, “பால், வெண்ணெய் முதலிய பொருள்களை அடக்கிய பானைகளைத் தாங்கி இருப்பது; உத்திரத்திலிருந்து தொங்கவிட்டிருக்கும் கயிறு அல்லது சங்கிலியால் ஆன கூம்பு வடிவ அமைப்பு” என்பது அகராதிப் பொருள்.

கண்ணன் ஆட்டத்திற்குரிய உறியைத் தயாரிக்க அதிக நேரம் ஆகாது. முதலில் வெள்ளைத் துணியில் சிறிய கலசத்தை வைப்பர். கலசத்தில் பால், தயிர், நெய், ஒரு ரூபாய் நாணயம் ஆகியன வைக்கப்பட்டிருக்கும். கலசத்தின் வாய்ப்பகுதியில் மூன்று வெற்றிலைகளைச் சுற்றிவைத்து நூலால் கட்டுவர். வாழை இலைத் தண்டால் கலசத்தை மூடுவர். பின் கலசத்தின்

மேல் தோல்சீவிய இளநீர்க்காயை வைப்பர். பின்னர் வெள்ளைத் துணியில் நான்கு முனைகளையும் மேலே இழுத்துக்கட்டுவர். பின் இதை உறிச் சட்டத்தின் நடுவில் வைத்துக் கயிற்றால் இறுக்கிக்கட்டுவர். இந்த உறிச் சட்டம் தெரியாதவாறு மாவிலையாலும் தென்னம் ஓலையாலும் மறைத்துப் பின்னப் படும். ஓலை உறியில் தொங்கும்படி இருக்கும்.

உறியில் மஞ்சள், முறுக்கு, தேங்காய் போன்றவற்றையும் வைப்பதுண்டு, தயிருக்குப் பதில் மஞ்சள் நீரும் கலசத்தில் வைக்கப்படும். உறியை இழுப்பவரோ இறைவணக்கம் பாடு பவரோ கோவிலைச் சார்ந்தவரோ உறியைக் கட்டலாம். உறியைக் கட்டுபவர் விரதம் இருக்க வேண்டும். ஆட்டக்காரர் உறியைக் கட்டுவதில்லை.

பெரும்பாலும் கோவிலின் முன்பகுதியில் உள்ள வெட்ட வெளியில் உறி தொங்கவிடப்படும். இந்த வெட்ட வெளியில் பெரிய மரம் இருந்தால் அதில் கட்டப்பட்ட கப்பியில் உறி தொங்கும் அல்லது இரண்டு கம்பங்களைக் கட்டிக் குறுக்குச் சட்டத்தில் கப்பியைக் கட்டித் தொங்கவிடுவர்.

இதற்குரிய கப்பி கிணற்றில் நீர் எடுக்கப் பயன்படும் கப்பி அல்ல. இது உறியடிக்கு என்று மரத்தில் தயாரிக்கப் படுவது. உறியை இழுக்கும்போது இருபுறமும் கயிறு சிக்காமல் நான்கு புறமும் சுழலும்படியும் அமைந்தது இக்கப்பி. உறிக் கயிற்றின் ஒரு முனையை உறி இழுப்பவர் பிடித்துக்கொள்ளும் வகையில் கயிறு நீளமாக இருக்கும்.

உறி இழுப்பவர் ஆட்டக்காரரைச் சார்ந்தவராகவோ கோவிலைச் சார்ந்தவராகவோ இருக்கலாம். ஆட்டம் ஆரம்ப மாவதற்கு முன் உறி கீழே தாழ்ந்தும் நாலுபக்கம் சுற்றியும் செல்லுமாறு இழுக்கப்படும். இதிலிருந்து உறியைப் பிடிப்பது வரை உறி இடையீடின்றி இழுக்கப்பட்டுக்கொண்டே இருக்கும்.

உறியை இழுப்பவர் கோவிலைச் சார்ந்தவராக இருந்தால் ஆட்டக்காரர் அதைப் பிடித்துவிடக் கூடாது என்பதில் கவன மாக இருப்பார். உறி நொடிப்பொழுதுகூட அந்தரத்தில் நிற்காமல் ஆடிக்கொண்டேயிருக்க வேண்டும். ஆட்டக்காரர் உறியைப் பிடிக்கத் தூண்டும் வகையில் மீண்டும் தாழ்ந்துவரும். ஆனால் கண்ணிமைப்பதற்குள் அது உயரே சென்றுவிடும். ஆட்டக் காரர் உறியைக் கம்பால் அடிக்க முயல்வதும் உறி அதற்கு அகப்படாமல் மேலே செல்வதும் பார்வையாளர்களை உற்சாகப் படுத்தும்.

உறியிழுப்பவருக்கும் அடிப்பவருக்கும் நடக்கும் போட்டி முடிவின்றித் தொடர்ந்தது பழைய காலம்.[5] இப்போது நேரம் முக்கியம். இதற்காக உறியிழுப்பவர் உறியை விட்டுக்கொடுப்பார்.

கண்ணன் ஆட்டக் கலைஞர்களின் எண்ணிக்கை மிகவும் குறைந்துவிட்டது.[6] இதை நிகழ்த்தும் கலைஞர்களில் பெரும் பாலானவர்கள் விவசாயக் கூலிகள். சிலர் நெசவுத் தொழில் செய்கின்றனர். இவர்கள் இந்தக் கலையை மட்டும் நம்பி வாழவில்லை. அவ்வாறு வாழவும் முடியாத நிலை. ஆட்டத் திற்குக் கிடைக்கும் கூலி பக்க வருமானம் என்றே எடுத்துக் கொள்கின்றனர்.[7]

இக்கலையை நாடார், ஈழவர், கிருஷ்ணவகை ஆகிய சாதியினர் நடத்துகின்றனர். பெரும்பாலும் நாடார் கலைஞரே உள்ளனர். பார்வையாளர்களும் இதே சாதியினர்கள்தாம். இரணியல் பகுதியில் செட்டி சமூகத்தினர் இக்கலையை நேர்ச்சையாக நடத்துகின்றனர். முந்தைய காலங்களில் ஈழவ சாதியினருடன் மட்டும் தொடர்புடையதாக இருந்தது இக்கலை.

கண்ணன் ஆட்டம் குரு – சீடர் பரம்பரையில் வருவது. இந்த ஆட்டத்தை 12 வயதிலிருந்தே பயில்வது நல்லது எனக் கலைஞர்கள் கூறுகின்றனர். பயிற்சி எனத் தனியாக முறைப்படி எதுவும் இல்லை. கலை நிகழ்த்தும் காலங்களில் காலையில் பயிற்சி, மாலையில் கலை நிகழ்த்துதல் என நடக்கிறது. பயிற்சி யாளர்கள் ஆரம்பத்தில் துணையாட்டக்காரர்களாகச் செல் கின்றனர்.[8]

கண்ணன் ஆட்டக் கலைக்குப் பெறும் கூலியைப் பங்கு வைப்பதில் நியதி இல்லை. பெரும்பாலும் ஆசான் கொடுப் பதையே ஆட்டக்காரர்கள் பெற்றுக்கொள்ளுகின்றனர். இறை வணக்கம் பாடுபவர், உறியிழுப்பவர் போன்றோருக்குத் தனி யாகக் கூலி கொடுப்பதில்லை. உறி இழுப்பவர் கோவிலைச் சார்ந்தவராக இருந்தால் கூலி கிடையாது. பின்னணி இசைக் கலைஞர்களைக் கோவிலைச் சார்ந்தவர்களே ஏற்பாடு செய்கின்றனர்.

உறியை இழுப்பவர், இறைவணக்கம் பாடும் ஆசான், முக்கிய ஆட்டக்காரர், துணையாட்டக்காரர் இருவர் ஆக ஐந்து பேர் இந்த ஆட்டத்தில் பங்குகொள்ளுகின்றனர். உறியை இழுப்பவரே இறைவணக்கமும் பாடலாம். எப்படியாயினும் மூன்று கலைஞர்கள் இதில் பங்குகொள்ளுகின்றனர்.

ஆட்டக்காரர்கள் இளம் வயதினராக இருக்க வேண்டும் என்பதைப் பார்வையாளர்கள் விரும்புகின்றனர். கிருஷ்ணனாக வேடம் இடுபவர் சிறுவராக இருக்க வேண்டும் என்னும் கட்டாயம் இருக்கிறது. திருமணமான பின்பு உறியடி ஆட்டம் ஆடுவதற்கு வலு குறைந்துவிடும் என்ற நம்பிக்கை கலைஞர் களிடம் உள்ளது.

ஆட்டக்காரர்களில் முக்கிய ஆட்டக்காரரும் துணை யாட்டக்காரர்களும் ஒப்பனை செய்துகொள்ளுகின்றனர். உறியை இழுப்பவர் சட்டையின்றி இருப்பார்; கழுத்தில் பூமாலை அணிந்திருப்பார். பார்வையாளர்களில் ஒருவராகவே இருக்கும் இவரை வித்தியாசப்படுத்துவது இதுதான்.

ஆட்டக்காரர்கள் முகத்தில் கார்மேக வண்ணத்தை அடர்த்தியாகப் பூசிக்கொள்ளுகின்றனர். நெற்றியில் சிவப்பு நாமம், காதிலும் மூக்கிலும் அணிகள் என வரைந்துகொள் கின்றனர். தலையில் மயிற்பீலிக் கிரீடம், காலில் சலங்கை, இடையில் அடர்த்தியான நிறமுள்ள பட்டுத் துண்டு என ஒப்பனை செய்துகொள்ளுகின்றனர். துத்தநாகத் தகடு, மயிற்பீலி போன்றவற்றைப் பயன்படுத்திக் கிரீடத்தை இவர்களே தயாரிக்கின்றனர்.

கண்ணன் ஆட்டம் வட்டவடிவ ஆட்டம். உறியை மைய மாகக் கொண்டு கலைஞர்கள் ஆடுகின்றனர். ஆட்டத்தின் தொடக்கத்தில் மேலே தொங்கும் உறியை முக்கிய ஆட்டக் காரர் பிடித்துக்கொண்டு வட்டமாய்ச் சுற்றிவரும்போது வியூகம் அமைந்துவிடும். வழக்கமான பார்வையாளர்கள் அதனால் ஒழுங்குபட்டு நிற்கின்றனர்.

ஆட்டக்களத்தில் கண்ணாடி, கல், முள் போன்றவை இல்லாதவாறு பார்த்துக்கொள்ளுகின்றனர். உறி கட்டும் நேரத் தில் கலைஞர்களும் ஊர்மக்களும் மைதானத்தைச் சுத்தப் படுத்திவிடுகின்றனர். பார்வையாளர்கள் ஆட்டம், உறி என இரண்டையும் மாறிமாறிப் பார்க்கும் பழக்கத்தை இயல்பாகவே அறிந்தவர்கள். இதனால் முழு ஆட்டத்தையும் அவர்கள் புரிந்து கொண்டு ஆரவாரம் செய்கின்றனர்.

கண்ணன் ஆட்டத்தின் பின்னணி இசைக் கருவி நையாண்டிமேளம். சில இடங்களில் கிளாரிநட்டும் தவிலும். இது கோவிலின் வருமானத்தைப் பொறுத்தது.

இடங்கலம், வலங்கலம், ஒற்றைச் சுவடு, பாம்பு விளை யாட்டு, ஜோடிக் கும்மி, சிவநிருத்தம், நத்தச்சுவடு ஆகிய ஆட்டங்களுக்குரிய பின்னணி ராகங்கள் நையாண்டிமேளத் திற்கு மட்டுமே பொருந்திவருவதால் ஆட்டக்காரர்கள் நையாண்டிமேளத்தை விரும்புகின்றனர்.

நிகழ்ச்சி ஆரம்பமானதற்கு அடையாளம் வாகனக் கிருஷ்ண னுக்கும் உறிக்கும் பூஜைசெய்வதுதான். உறிப்பூஜை முடிந்ததும் உறி மேலே சென்றுவிடும். இப்போது ஆசான் இறைவணக்கம் பாடுவார்.[9] முந்தைய காலங்களில் இறைவணக்கத்துடன்

சோபனப் பாடல்களையும் பாடினர். அது முடிந்ததும் இசைக் கருவிகள் இயக்கப்படும்.

ஆட்டக்காரர்கள் கோவிலைப் பார்த்து வணங்கிவிட்டு ஆசானின் பாதங்களைத் தொட்டு வணங்குவர். இப்போது உறி தாழ்ந்துவரும். முக்கிய ஆட்டக்காரர் உறியைப் பிடித்துக் கொண்டு அரங்கை மூன்றுமுறை சுற்றி வருவார். காம்பஸ் முள்ளை மையமாகக் கொண்டு பென்சில் சுற்றுவது மாதிரி இவர் சுற்றுகிறார். இப்போது பார்வையாளர்களும் இவரது சுற்றுப் போக்குக்கு இடம்விடுகின்றனர். அதனால் வட்டம் சரியாக அமைந்துவிடும்.

உறி மேலே சென்றதும் ஆட்டக்காரர்கள் இரண்டு கைகளையும் உயர்த்திக் கூப்பி வணங்கி அரங்கில் மூன்றுமுறை சுற்றி வருகின்றனர். இது அவை வணக்கம். அடுத்த ஆட்டம் மண்ணிலும் விண்ணிலும். தலையை நோக்கிக் கைகளைக் காட்டி மெல்ல வானத்தை நோக்கி உயர்த்தி அடவு முறையுடன் ஆடுவது இதில் வழக்கம். இதுவும் மூன்றுமுறை ஆடப்படும்.

காலை ஏற்றி இறக்கித் தாளம் தப்பாமல் ஒவ்வொரு அடியையும் முன்வைத்து வலது கையையும் இடது கையையும் மாறிமாறி அசைத்து ஆடிச் செல்லுதல் இடங்கலம், வலங்கலம் எனப்படும். இப்போது நையாண்டிமேளம் மெல்ல ஒலிக்கும். இந்த ஆட்டம் எதிரியைச் சந்திக்கும் வீரனின் போக்கைப் போன்றது. இதுவும் மூன்று முறைதான்.

அடுத்து வருவது காலைக் கறக்கி விளையாட்டு. வலது காலை மேலே தூக்கி நேர்கோட்டில் நிற்கும்படி காட்டிக் கறக்கி நின்றுகொண்டு பின் இடது காலையும் இதுபோல் செய்வது. இது வேகமாக நடக்கும். இதுவும் மூன்றுமுறை.

இதை அடுத்து ஒற்றைச் சுவடு ஆட்டம் நிகழும். காலைக் கறக்கி விளையாட்டை ஒத்ததுதான் இது. இந்த விளையாட்டில் எதிரியைத் தாக்க முயலும் வீரன் கையை முஷ்டி குத்துவது போல் நடித்துக்காட்டிச் சுவடுவைத்து மூன்றுமுறை வருவது இயல்பாகவே நடக்கும்.

இதை அடுத்துத் தலை மறிச்சு விளையாட்டு. இரண்டு கைகளையும் இடுப்பில் வைத்துக்கொண்டு தலையை வலதும் இடதும் ஆக மறித்தும் நிமிர்த்தியும் துள்ளித் துள்ளிப்போதல் இதன் அம்சம். இந்த ஆட்டத்தைத் தொடர்ந்து சுருள்வாள் வீசுவதைப் போல் கையைச் சுழற்றிக்கொண்டு அடிமேல் அடிவைத்து ஆடுவது சுருள் ஆட்டம். இது கராத்தே வீரர் பாய்ச்சல் காட்டுவதுபோல் இருக்கும். இந்த ஆட்டத்தின்போது

ஆட்டக்காரர்கள் இடைவெளிவிட்டுப் பாய்ச்சல் காட்டிச் செல்வர்.

இதை அடுத்து நிகழ்வது இருவர் ஆடும் ஜோடி விளை யாட்டு. மூவரில் ஒருவர் உறி இழுப்பவருக்கு அருகே சென்று விடுவார். இது கும்மி விளையாட்டு போன்றது. தன்னைத் தானே சுற்றிக்கொண்டு கும்மி அடித்தல், சுற்றாமல் கும்மி அடித்தல் என்னும் இரண்டு முறைகளில் இது நடக்கிறது. ஒருவகையில் இது கேரளத்துத் திருவாதிரைக் களி ஆட்டம் மாதிரி.

இதை அடுத்து நிகழும் சுருளடி விளையாட்டைப் பயிற்சி பெற்றவர்கள் மட்டும் நடத்த முடியும். கர்ணம் அடித்தபடி அரங்கைச் சுற்றிவருதல் இதன் முறை. தலை பூமியில் படாமல் நின்ற இடத்தில் கர்ணம் அடித்தல், ஓடியாடிக் கர்ணம் அடித்தல் என இரண்டு முறைகளில் இது நடக்கிறது. இதுவும் மூன்று முறை நடக்கிறது.

இதுவரையுள்ள விளையாட்டுகள் போர்க் கலையுடன் தொடர்புடையவை. திருவிதாங்கூர் ராஜ்யத்திலிருந்த களரிப் பயிற்சி மையத்தில் கற்பிக்கப்பட்ட போர்க் கலையுடன் இவற்றை ஒப்பிட்டுப் பார்க்கலாம். இந்த ஆட்டங்களைத் தொடர்ந்து வருபவை பாகவதக் கதைகளுடன் தொடர்புடையன.

தயிர்கடைதல் ஆட்டத்தில் யசோதை தயிர்கடைதல், கிருஷ்ணன் வெண்ணெயை எடுக்க முயலுதல், யசோதை மத்தால் அவனை அடிக்கப்போதல் ஆகிய நிகழ்ச்சிகளை நடித்துக் காட்டுவர். இதில் கலைஞர்கள் அடவு முறைப்படி ஆடியும் காட்டுகின்றனர்.

பாகவதத்தில் கண்ணன் பாம்பை அடக்குவதாக மூன்று கதைகள் வருகின்றன. கிருஷ்ணனை அழிக்கக் கம்சன் ஏவிய அரக்கர்களில் பகாசுரன் என்பவன் மலைப்பாம்பாக மாறி யமுனை ஆற்றிற்கு வருகிறான். அவனைக் கொன்று ஆயர்பாடி மக்களைக் கண்ணன் காப்பாற்றுகிறான்.

இரண்டாம் கதை, யமுனையில் கிடந்த காளிங்கன் என்னும் விஷப்பாம்பின் மேல் ஏறி அதைக் கண்ணன் அடக்கியது. மூன்றாம் கதை, அம்பிகா வனத்தில் நந்தகோபன் என்னும் பாமரனை மலைப்பாம்பு விழுங்கியபோது கண்ணன் அவனைக் காப்பாற்றியது.

இந்த மூன்று கதைகளின் அடிப்படையில் பாம்பு விளை யாட்டு நடக்கிறது. இந்த ஆட்டத்தில் முக்கிய ஆட்டக்காரர் பாம்பாக மாறிவிடுகிறார். பாம்புக்கு முன்னால் மகுடி வாசிப்பது போல் இன்னோர் ஆட்டக்காரர் நடிக்கிறார். ஆட்டக்காரர்

களில் ஒருவரைப் பாம்பு கடித்துவிடுகிறது. உடனே கண்ணன் ஓடிவருகிறான். பாம்பைத் துரத்துகிறான். அது இறந்தவன்மேல் விழுந்து விஷத்தை உறுஞ்சுகிறது. பின் கண்ணனின் காலடியில் பாம்பு மண்டியிடுகிறது. இவ்வாறு நிகழ்த்திக் காட்டப்படுகிறது.

இதுபோலவே குவலயா பீடம் என்னும் யானையைக் கண்ணன் அடக்கிய நிகழ்ச்சியும் நாட்டிய நாடகமாக நடக்கிறது. இதன் பின்னணியில் கிருஷ்ணன் தொடர்பான பாடல்களை நாகஸ்வரக்காரர் இசைக்கிறார்.

அடுத்துவரும் சிறகடித்துப் பறத்தல் என்னும் ஆட்டம் கருடன் பறப்பதுபோல் ஆடிக்காட்டுவது. சிவநிருத்தம் ஆட்டத்தை முக்கியக் கலைஞர் மட்டுமே ஆடுகிறார். இவர் ருத்திரனாக மாறி ஆடுகிறார்.

உறி பம்பி என்னும் நத்தச்சுவடு ஆட்டத்தை மூன்று ஆட்டக்காரர்களும் ஆடுகின்றனர். இரு கைகளையும் இடுப்பில் வைத்துக்கொண்டு இடுப்பை அசைத்து ஆடப்படும் இது சிவதாண்டவம் போன்றது. ஆனால் கண்ணன் ஆடுவதாகக் காட்டுவது.

கடைசி ஆட்டம் கம்பு கறக்கல். முக்கிய ஆட்டக்காரர் 120 செ.மீ. நீளமுள்ள கம்பை வைத்துக்கொண்டு சிலம்பு வீசும் பாணியில் சுழன்றாடுவார். இப்போது உறியை அடிக்க இவர் துள்ளுவார். உறி பிடிகொடுக்காமல் மேலே செல்லும். உறி அவர் கையில் பிடிபட்டதும் ஆட்டம் முடிந்துவிடும்.

ஆட்டக்காரரும் ஆசானும் உறியைக் கயிற்றிலிருந்து அவிழ்ப்பர். அதைக் கோவிலுக்கு முன்பகுதியில் வைத்து வணங்குவர். உறியைப் பிரித்து அதனுள் இருக்கும் கலசத்தைக் கோவில் பூசாரியிடம் கொடுப்பர். கலசத்தில் உள்ள தயிரை முக்கியத் தெய்வத்திற்கு அபிஷேகம் செய்வர் அல்லது பக்தர்களுக்கு விநியோகிப்பர்.

இதோடு கண்ணன் ஆட்ட நிகழ்ச்சி முடிந்துவிடும்.

கண்ணன் ஆட்டத்தில் பாகவதக் கதையின் நிகழ்ச்சிகளை நடத்திக் காட்டல், சைவ, வைணவ ஒற்றுமையை வெளிப்படுத்தல், போர்க் கலை புரிதல் ஆகிய மூன்று கூறுகளைக் காண முடிகிறது.

தென்திருவிதாங்கூரில் சைவ, வைணவ உடன்பாட்டின் கூறுகளைக் கோவில் வழிபாட்டு நிலைகளிலும் கலை நிகழ்த்தும் முறைகளிலும் காண முடிகிறது. மாசி மாதத்தில் நிகழும் சிவராத்திரி விழாவில் பன்னிரு சிவாலயங்களுக்கும் ஓடிச்

செல்லும் பக்தர்கள் இடும் கோஷம் "கோவிந்தா கோபாலா" என்பது. கண்ணன் ஆட்டத்தின் சிவநிருத்தமும் இது போன்றது தான்.

◆◇◆

குறிப்புகள்

1. இக்கலை நிகழும் கிராமங்களில் பண்டாரம் பறம்பு, திருமலை, காந்திநகர், கூட்டாலமூடு, ஆம்பாயி, இஞ்சிக் காடு, அமளிவிளை, கல்லுநாட்டி, பளங்காலமூக்கு, காப்பிக்காடு, தி.சின்னித் தோட்டம், நட்டாலம் ஆகியன முக்கியமானவை.

2. கல்குளம், விளவங்கோடு வட்டங்களில் புராட்டஸ் டென்ட் கிறிஸ்தவர்களிடம் கார்த்திகை மாதம் பஜனை நிகழ்ச்சி நடக்கிறது. கிறிஸ்தவர்களுக்கு இந்தப் பஜனை முறையை நடத்தும்படி அறிமுகப்படுத்தியவர் தியோடர் ஹாவேர்டு சாமர்வேல் (1880 – 1975) என்பவர். இங்கிலாந்து நாட்டைச் சார்ந்த இந்த மருத்துவர் கல்குளம், விளவங் கோடு வட்டத்தில் மருத்துவப் பணிசெய்தவர். 1928இல் கல்குளம், விளவங்கோடு வட்டம் பகுதியில் பரவிய காலரா நோய்க்குச் சிகிச்சையளித்த சாமர்வேல் பஜனை மூலம் காலராவை விரட்ட முடியும் என்னும் நம்பிக்கை இந்து மக்களிடம் இருப்பதைச் சுட்டிக்காட்டிப் புராட்டஸ் டென்ட் மக்களும் அதைப் பின்பற்றலாம் எனப் பரிந்துரைத்தார். இந்த வழக்கம் இப்போது பரவலாக உள்ளது.

3. இப்பகுதியில் புதிய கோவில்கள் தோன்றுவதற்கு 1982க்குப் பின் ஏற்பட்ட மதக் கலவரங்களே முக்கியக் காரணம்.

4. நாஞ்சில் நாட்டுப் பஜனை மடங்கள் 1930 – 1947 கால கட்டத்தில் விடுதலைப் போராட்டக் களங்களாகவும் இருந்தன. இவை பிற்காலத்தில் (1947 – 55) வாசகசாலை என மாற்றம் பெற்றன. இப்படி மாற்றம் பெறாத பஜனை மடங்களில் 'தஞ்சாவூர்க் கிருஷ்ணன் ஓவியம்' படம் உள்ளது. இங்கே பாகவதப் பாடல்கள் கற்பிக்கப்பட்டிருக் கின்றன.

5. முந்தைய காலங்களில் கண்ணன் ஆட்டக்காரர் கடுமை யான விரதம் இருந்து ஆடுவார். அதனால் உறியிழுப்பவர் ஆட்டக்காரருக்கு விட்டுக்கொடுப்பார். அப்படி இல்லை என்றால் அவர் கைகள் களைத்துவிடும். அப்படியும் களைப்படையாவிட்டால் ஆகாயத்தில் கருடன் பறந்து

உறியிழுப்பவரை நிறுத்துமாறு சப்தமிடும். இதனாலும் நிறுத்தவில்லை என்றால் கருடன் கப்பியில் அலகை நுழைத்து உறிக் கயிறு சிக்குமாறு செய்துவிடும் என்னும் நம்பிக்கை உள்ளது. இப்படி ஒரு நிகழ்ச்சி நடந்தது என்றார் முஞ்சிறை ராமகிருஷ்ண ஆசான்.

6. பண்டாரம் பறம்பு ராமகிருஷ்ண ஆசான், தட்டவிளை வேலாயுதன் ஆசான், மண்ணாரம்பாறை ஆசான், புதுவீட்டுவிளை தாசன் ஆசான் போன்றவர்கள் முந்தைய தலைமுறை ஆட்டக்காரர்கள்.

7. கண்ணன் விளையாட்டிற்குக் கலைஞர்கள் பெறும் சம்பள விவரம் உத்தேசமாக:

1985 – 1990	ரூ. 400 முதல்	600 வரை
1990 – 1995	ரூ. 500 முதல்	600 வரை
1995 – 2000	ரூ. 700 முதல்	800 வரை
2000 – 2005	ரூ. 900 முதல்	1200 வரை.

நேர்ச்சைக்குத் தனியாக ரூ. 1200 முதல் ரூ. 1500 வரை.

8. பயிற்சியாளர்களுக்குப் பயிற்சியின்போது தீட்டுப்படக் கூடாது, அவர்கள் சைவ உணவையே உண்ண வேண்டும் என்னும் பழைய நடைமுறைகள் இப்போது வழக்கில் இல்லை.

9. ராகத்துடன் பாடப்படும் இறைவணக்கப் பாடல் கீழ் வருமாறு:

சிற்றாடையும் சிறுசிலம்பும்
கையிலோர் அளவில் வில்லும்
முத்தாரையும் துளசி மாலையும்
– பூண்டநேசம்

திருச்சிற்றம்பலத்தில் அரும்
உச்சவகோலம் காணான்
கிருஷ்ணா நினைக்கிந் நல்நாளில்
அடிமையாய்க் கைதொழுதேனே
உண்ணி நீ குளித்து உறியுமிட்டே
உண்ணா நீ இறங்கிவா
உண்ணி கிருஷ்ணா நானுனக்கு
பாலொடு பழம் பன்னீரபிஷேகமும்
நின்ற பாதமே ஞான் கைதொழுன்னே.

கண்ணன் ஆட்டக் காட்சிகள்

சென்டைமேளம்

நையாண்டிமேளம்

5

களம் எழுத்தும் பாட்டும்

முக்கியத் தெய்வம் இருக்கும் இடத்துக்கு எதிரே உள்ள பரந்த வெளியில் அத்தெய்வத்தின் வடிவத்தை வண்ணப் பொடிகளால் ஓவியமாக வரைவதும் அதைப் போற்றிப் பாடி இறுதியில் அழிப்பதும் 'களம் எழுத்தும் பாட்டும்' எனப்படும்.

இந்த நாட்டுப்புறக் கலை, கோவில் விழாவின் ஒரு கூறாகவும் கோவில் தெய்வத்தை வண்ணச் சித்திரத்தில் ஆவாகனம் செய்வதாகவும் வழிபாட்டு நிகழ்ச்சிகளை இயக்குவதாகவும் அமைவது. கோவில் வழிபாட்டுக் கூறு களிலிருந்து இதைப் பிரிக்க முடியாது. எனவே இதைக் கோவில் சார்ந்த நாட்டுப்புறக் கலையாகக் கொள்ளலாம்.

களம் எழுத்தும் பாட்டும் கலையை நிகழ்த்துபவர்கள் காளியை ஆவாகனம் செய்யும் சடங்காகவே இதைக் கொள்ளுகின்றனர். ஆவாகனம் என்பது கலைஞர் தாம் வரைந்த படத்தில் அந்தத் தெய்வத்தை வருவித்து வழி பாட்டுக்கு உரியதாக மாற்றுதல். வில்லிசை, கணியான் ஆட்டக் கலைஞர்கள் சாமியாடியின் உடம்பில் தெய் வத்தை வருவிப்பதற்காக வரத்துப் பாடுதலைப் போன்றது தான் ஆவாகனமும். சாமியாடியின் மேல் தெய்வம் ஏறிய பின் அவர் கோவிலின் முக்கியத் தெய்வமாகவே மதிக்கப் படுவார். இது சில நாழிகை நேரமாவது நீடிக்கும் என்பது நம்பிக்கை.

களம் எழுத்தும் பாட்டும் வரையப்பட்ட வண்ண ஓவியம் ஆவாகனம் முடிந்த பின்னும் தெய்வமாகவே மதிக்கப் படும். கலைஞர் வரையும் ஓவியத்தில் ஏற்றப்படும் சக்தி யால் அது சிற்பமாகவும் கருதப்படுகிறது. இந்தக் காரணத் தாலேயே களத்தில் வரையப்படும் வண்ண ஓவியத்தைத் 'தூளிச் சிற்பம்' எனக் குறிப்பிடுகின்றனர். முக்கியத்

தெய்வத்தின் சக்தியை ஓவியம் அல்லது சாமியாடியின் மேல் ஏற்றுதல் என்னும் செயலே இக்கலையைப் பிற நாட்டுப்புறக் கலைகளிலிருந்து வேறுபடுத்துகிறது.

ஆரம்ப காலத்தில் சடங்கு நிலையில் மட்டும் தொடர்பு கொண்டிருந்த யந்திரம் நாளடைவில் களம் எழுத்தும் பாட்டும் கலை வடிவமாக மாறியது என ஊகிக்கலாம். காளியின் சக்தியை எல்லோரும் தரிசிப்பதற்காகக் களத்தில் வரையப் படும் யந்திரமாகவும் இது கருதப்படுவதை இந்த ஊகத்திற்குச் சான்றாகக் கொள்ளலாம். தாந்திரிக முறையில் சக்கர வடிவத் தைத் தயாரிக்க வெள்ளை, மஞ்சள் இரண்டையும் அடிப்படை நிறங்களாகக் கொள்ளுவர். இது ஆரம்பகாலத்து நிலை. அக் காலத்தில் முக்கியத் தெய்வம் இருக்கும் அறைக்கு முன்பகுதி யில் வடக்கில் காளியின் படத்தை வரைவது வழக்கம்.

காளி படத்தின் நடுவில் சிறிய பித்தளை விளக்கு வைக்கப் பட்டிருக்கும். இது சடங்கு தொடர்பான சக்கரமாகவும் கருதப் படும். பிற்காலத்தில் இதே விளக்கு தரையில் வாழையிலைமீது வைக்கப்பட்டது. இதனுடன் நெல், தேங்காய் போன்றனவும் இருக்கும்.

கேரளத்தில் களம் எழுத்தும் பாட்டும் நிகழ்வில் தாவரப் பொடி அல்லது தானியங்களின் பொடியையே வண்ணங்களைத் தீட்டப் பயன்படுத்தினர். காளியின் படம் 64 கைகளுடன் அமைந்திருக்கும். இதை 15 பேர் வரைவர். தலைமைக் கலைஞர் படத்தின் நடுவில் இருப்பார். கழுகுப் பார்வையில் ஓவியத்தை அவர் சரிசெய்வார். இங்குக் களப்பூசையில் பிராமணர்களும் கலந்துகொள்கின்றனர்.

கேரளத்தில் இதைப் பொதுவாகக் களப்பாட்டு என்பர். கணியான், புள்ளுவன் போன்றோர் களப்பாட்டு பாடுவது மரபு. இவர்கள் நந்துன்னி என்னும் இசைக் கருவியை மீட்டிப் பாடுவர். சில கோவில்களில் வண்ணார் சாதியினரும் பாடு கின்றனர். பிராமணருக்கு அடுத்த நிலையில் உள்ளோருக்குப் பாத்தியப்பட்ட கோவில்களில் குறுப்பு சாதியினர் பாடுகின்றனர்.

கேரளத்தில் களப்பாட்டின் ஒரு பகுதியான உச்சப் பாட்டைப் பாடுபவர் களப்பகுதியின் அருகே வடதிசையில் உள்ள ஓலைக்கூரையில் இருப்பார். இந்த அறையில் வாழை மரம் நடப்பட்டுக் கோலாகலமாய் இருக்கும். வைக்கம் சிவன் கோவிலில் 64 கைகள் கொண்ட தேவியின் ஓவியத்தை வரை கின்றனர். இந்த ஓவியத்தின் மார்புப் பகுதிகளில் ஐந்து பறை நெல் குவித்து வைக்கப்பட்டிருக்கும். களப்பாட்டு முடிந்தபின் அல்லது இடையில் ‘கூத்தும் சவிட்டும்’ என்னும் நடனமும் சில இடங்களில் நடக்கும்.

கேரளத்தில் காவுகளில் புதிதாகத் தெய்வத்தைப் பிரதிஷ்டை செய்யும்போதும் புதிய காவுகளை உருவாக்கும்போதும் களப் பாட்டு நடத்த வேண்டும் என்னும் நடைமுறை உள்ளது. படம் எழுதாமல் தாருகாவதம் கதை மட்டும் பாடி நிகழ்ச்சி நடத்துவதும் உண்டு.

கேரளத்துக் களப்பாட்டு நிகழ்ச்சியில் தாருகாவதப் பாட்டின்போது, கதை நிகழ்ச்சிகள் நடித்தும் காட்டப்படும். நாரதராக வேடமிட்டவர், சிவன் வேடக்காரரிடம் தாருகனின் கொடுமை பற்றிக் கூறுவார். தாருகனைக் காளி வதம்செய் வாள் என்று சிவன் வாக்களிப்பார். அந்த நேரத்தில் தாருக வேடக்காரர் ஓடிவருவார். காளி அவரைப் போருக்கு அழைப் பாள். அவரும் போரிட வருவார். காளியும் தாருகனும் கோவிலைச் சுற்றிச் சுற்றி வருவர். கடைசியில் காளி தாருகனைக் கொல்லுவாள். காளி, தாருக வேடக்காரரின் உடம்பிலிருந்து குடல் மாலையை உருவி எடுப்பாள். அத்தோடு இந்த நாடகம் முடியும்.

கேரளத்துக் காளி கோவிலில் களப்பாட்டு முடிந்ததும் தாலப்பொலிச் சடங்கு நடக்கும். தீபங்கள் உள்ள பித்தளைத் தட்டுகளை வரிசையாக வைப்பதுதான் தாலப்பொலி. இந்தத் தட்டுகள் பால் மரங்களின் கீழ் வைக்கப்படும். இது பெண் களுக்கே உரிய சடங்கு. கோவில்மீது பாத்தியதை உள்ள சாதியைச் சேர்ந்த பெண்களே இதை நிகழ்த்துவர்.

பொதுவாகக் கேரளத்தில் களப்பாட்டில் தாருகன் வதை குறித்துப் பாடப்பட்டாலும் வடகேரளத்தில் கண்ணகிக் கதையும் பாடப்படுகிறது. முடிவில் மங்கள அம்மானை பாட வேண்டும் என்னும் நியதி இன்றும் பின்பற்றப்படுகிறது. கேரளத்தில் வழக்கில் உள்ள களப்பாட்டுக் கலையின் பின்னணியில் கன்னியாகுமரி மாவட்டத்தில் நிகழும் களம் எழுத்தும் பாட்டும் கலையைப் பார்க்க வேண்டியிருக்கிறது.

பொதுவாகப் பழமையானது என ஒன்றைக் குறிப்பிடு வதற்குச் சேரமான் பெருமான் காலம் எனக் கூறும் வழக்கம் இன்றும் தென்திருவிதாங்கூரில் (கன்னியாகுமரி மாவட்டம்) நடைமுறையில் உள்ளது. களம் எழுத்தும் பாட்டும் கலையின் பழமை பற்றி இதை நிகழ்த்தும் சிறந்த கலைஞரான இடக் கோடு மாதவன் பிள்ளையிடம் கேட்டபோது (1995), இது சேரமான் பெருமான் காலத்துக் கலை என்றார்.

சேரமான் பெருமான் சைவ அடியவராக இருந்தாலும் சாக்த வழிபாட்டில் ஈடுபாடுடையவர். அவரே இக்கலையைக் கன்னியாகுமரி முதல் கோகர்ணம்வரை நிகழ்த்தும்படி கட்டளை

யிட்டார் என்று தாத்தா காலத்திலேயே சொல்லக் கேட்டிருக்கிறேன் என்றார்.[1] கொட்டாரத்தில் சங்குண்ணி மலையாளத்தில் எழுதிய பிரபலமான நூலான *ஐதீகமாலா*வும் இதை மிகப் பழமையானது எனக் கூறும்.

தென்திருவிதாங்கூரில் பழைய இடநாட்டுப் பகுதியான கல்குளம், விளவங்கோடு பகுதிகளில் மட்டுமே இக்கலை நிகழ்த்தப்படுகிறது.[2] இக்கலை காளிக்கு உரியது என்னும் நம்பிக்கை தென்திருவிதாங்கூரிலும் உள்ளது. காளியை ஆவாகனம் செய்வதற்கென்றே மந்திர யந்திரத்திலிருந்து இது உருவானது என்றும் பின்னர் துர்க்கை, சாஸ்தா, பூதத்தான், வேட்டைக்காரன், நாகராஜன் ஆகிய தெய்வங்கள் இருக்கும் கோவில்களில் நேர்ச்சைக்குரிய கலையாக மாறியதாகவும் நம்பும் வழக்கம் கலைஞர்களிடம் பரவலாகக் காணப்படுகிறது.

இக்கலை எந்தக் கோவிலில் நிகழ்கிறதோ அதன் முக்கியத் தெய்வத்தையே களத்தில் வரைய வேண்டும் என்பது நடைமுறை என்றாலும் நேர்ச்சைக்காகக் காளியின் படத்தை வரையுமாறு கேட்பதும் உண்டு.

முந்தைய காலங்களில் நிறுவனச் சமயக் கோவில்களிலும் நம்பூதிரி மடங்களிலும் நாயர் பிரதானிகளின் நாலுகட்டு வீடுகளில் பெண்கள் தங்கியிருந்த தெக்கது[3] பகுதிகளிலும் இக்கலை நிகழ்த்தப்பட்டது. களப்பாட்டு நிகழும் கோவில் களில் முக்கியத் தெய்வம் இருக்கும் இடத்திற்கு முன் இக்கலை நிகழ்த்தப்படுவதற்கென்றே ஓலை அல்லது ஓட்டுக் கூரை யுடைய பரந்த அரங்கு இருக்கும். களப்பகுதி மேற்கூரை உடையதாய் இருக்க வேண்டும் என்பது நியதி.

களப்பகுதியில் தற்காலிகக் கூரை வேய்ந்துகொள்வதும் உண்டு. இப்பகுதி களமண்டபம் எனப்படும். பெரும்பாலும் களமண்டபம் மண்தரையாக இருக்கும். கோவில் விழா ஆரம்பித்தவுடனே இப்பகுதி சமப்படுத்தப்பட்டுச் சீராக்கப் படும். இது முக்கிய வேலையாகக் கொள்ளப்படும். தளப் பகுதியின் மேற்பரப்பின் ஒழுங்கான தளமே சித்திரத்திற்கு அழகைக் கொடுக்கும்.

படத்தின் பரப்பளவைப் பொறுத்துக் களத்தின் நீள அகலம் அமையும். முப்பத்திரண்டு கைகள் கொண்ட படமா யின் களம் பெரிதாகவும் பதினாறு கைகள் கொண்டதாயின் களம் அதற்குத் தக்கவாறும் இருக்கும். படம் வரையப்படும் இடத்தைச் சுற்றித் தாராளமாக ஒருவர் நடந்துசெல்லுமளவில் இடம் இருக்க வேண்டும். களப்பாட்டுப் பாடுபவர், ஓவியத் தின் மேல் பகுதியில் வசதியாக அமர்ந்து பாடுவதற்குரிய

இடம் முதலில் ஒதுக்கப்படும். பொதுவாகக் களப்பகுதி 8 மீ. நீளமும் 7 மீ. அகலமும் உடையதாய் அமைக்கப்படும்.

படம் வரையப்படும் இடத்தில் நான்கு பக்கமும் 75 செ.மீ. உயரத்தில் வெள்ளைத் திரைச்சீலை கட்டப்பட்டிருக்கும். இது படத்தைப் பாதுகாக்கும் சுற்றுச் சுவர். குப்பையும் தூசும் படத்தில் படாமலிருக்க இந்த ஏற்பாடு. அதோடு கோவிலுக்கு வருபவர்கள் படத்தின் அருகில் செல்லாமல் இருக்கவும் படம் வரையும் கலைஞர்களுக்கு இடையூறு செய்யாமல் இருக்கவும் இந்தத் திரைச்சீலை பாதுகாப்பாய் இருக்கும். முக்கியத் தெய்வத்தை வழிபட வருகிறவர்கள் இந்தத் திரைச்சீலைச் சுவரைச் சுற்றி நின்றே ஆவாகனம் செய்யப்பட்ட படத்தை வணங்க வேண்டும்.

கேரளத்தில் குறுப்பு சாதியினர் (முக்கியமாக அல்லாற்றுக் குறுப்பு என்னும் உட்பிரிவினர்) இக்கலையை நிகழ்த்துவர். புள்ளுவரும் பாடுவர். குறுப்பு சாதியினரின் முந்தைய பரம்பரையினர் கேரளக் கோவில்களில் சுவரோவியங்களை வரைந்தவர்கள் என்னும் வாய்மொழிச் செய்தி உண்டு. தென்திருவிதாங்கூரில் நாயர் சாதியினரே இக்கலையை நிகழ்த்துகின்றனர். களத்தின் பிற பூசைகளை நம்பூதிரி அல்லது பிராமணர் செய்கிறார். கல்குளம் வட்டத்தில் சில கோவில்களில் களப்பாட்டுக்கென்றே கேரளத்திலிருந்து குறுப்பு சாதிக் கலைஞர்களை வரவழைக்கின்றனர்.

இக்கலை பொதுவாக நவம்பர் முதல் மே மாதம்வரை உள்ள நாட்களில் நிகழும் திருவிழாக்களில் நடத்தப்படுகிறது. அதோடு கார்த்திகைமாதம் செவ்வாய், வெள்ளிக்கிழமைகளிலும் முக்கியத் தெய்வம் நிறுவப்பட்ட நாளில் நேர்ச்சையாகவும் இது நிகழ்த்தப்படுவதுண்டு.

இக்கலை நிகழும் நேரம் வரையப்போகும் படத்தின் பரப்பளவைப் பொறுத்து இருக்கும். பொதுவாக 8 அல்லது 16 கைகள் கொண்ட படம் வரையப்படுகிறது. முப்பத்திரண்டு அல்லது அறுபத்துநான்கு கைகள் கொண்ட படத்தை அபூர்வமாகவே வரைகின்றனர். இத்தகைய படம் வரைவதற்குரிய தொழில்நுட்பக் கலைஞர்கள் குமரி மாவட்டத்தில் இல்லை.

களப்பாட்டுப் படத்திற்குரிய சடங்குகள் காலை 11 மணிக்குத் தொடங்கிப் பகல் 2 மணிக்குள் முடிந்துவிடும். இதைத் தொடர்ந்து படம் வரைவர். எட்டு அல்லது ஒன்பது மணியளவில் படம் முழுமைபெற்றுவிடும். முப்பத்திரண்டு கைகள் கொண்ட படமாயின் காலை ஆறு மணிக்கே வரைய ஆரம்பித்துவிடுவர். இரவு எட்டு மணிக்குப் படம் முடிந்துவிடும். படம் வரையும் கலைஞர்களின் எண்ணிக்கை அதிகமாக இருந்தால் வரையும்

நேரம் குறையும். அவர்கள் எண்ணிக்கை நியதிக்கு உட்பட்ட தல்ல. கோவிலின் பொருளாதார நிலையைப் பொறுத்தது.

களமெழுத்தும் பாட்டும் சடங்கை ஆரம்பம், படம் வரைதல், பாடுதல், படம் அழித்தல் என நான்கு நிலைகளில் பகுத்துக் கூறலாம். இன்னும் துல்லியமாகக் கூறுவதானால் உச்சப்பாட்டு, நீரொழிச்சல், களம் எழுத்து, தோடயம், தாருகாவதம், களப்பூஜை, களம் அழித்தல் என ஏழு வகையாகப் பகுக்கலாம்.

ஆரம்ப நிகழ்ச்சியான நீரொழிச்சல் பூஜையில் உச்சப் பாட்டுப் பாடப்படும். இப்பூஜை முடிந்ததும் படம் வரைவர். படம் வரைந்ததும் முக்கியத் தெய்வமான காளியைப் போற்றிப் பாடுவர். இது தோடயம், தாருகாவதம், அம்மானை என்னும் மூன்று நிலைகளில் பாடப்படுவது. அம்மானைப் பாட்டு முடிந்ததும் களப்பூஜை நடக்கும். இதைப் பிராமணர் அல்லது நம்பூதிரி நடத்துவர். இறுதியில் நம்பூதிரியே களப்படத்தை அழிப்பார். அத்தோடு நிகழ்ச்சி முடியும். இக்கலை நிகழ்வும் சடங்கும் கலந்ததே களம் எழுத்தும் பாட்டும்.

நீரொழிச்சல் பூஜை முக்கியத் தெய்வம் இருக்கும் அறைக்கு எதிர்ப் பகுதியில் நடத்தப்படும். இது இந்த நிகழ்ச்சியின் ஆரம்பப் பூஜை. நீரொழிச்சல் என்பதற்கு நேர்ச்சைக்குரிய பொருட்களை ஒழித்துப்போடுதல் என்று பொருள் கொள் கின்றனர். வேண்டுதல்களுக்காகவே இது அதிகமும் நிகழ்த்தப் பட்டது என்னும் கருத்தில் இப்படிக் கூறப்பட்டது. நீரொழிச்சல் என்பதற்கு ஆவாகனம் செய்தல் என்றும் முக்கியத் தெய்வத்தின் சக்தியைக் களப்படத்தில் கொண்டுவருவது என்றும் விளக்கம் கொடுக்கின்றனர்.[4]

நீரொழிச்சல் பூஜை நடக்கும் களப்பகுதி புனிதமானதாகக் கருதப்படும். இந்த இடத்திலும் இதைச் சுற்றிய கூரைப் பகுதி யிலும் தென்னங்குருத்தோலைகள் தொங்கவிடப்படும். கூரையின் மேற்பகுதி வெள்ளைத் துணியால் போர்த்தப்பட்டிருக்கும். இது கட்டுவிதானம் எனப்படும்.

நிகழ்ச்சி நடக்கும் கோவிலின் முக்கியத் தெய்வம், துணைத் தெய்வங்களின் பிரதிநிதித்துவமாகக் களப்பகுதியில் பீடங்கள் வைக்கப்பட்டிருக்கும். பீடம் என்பது ஸ்டூல் அல்லது முக்காலி தான். சில கோவில்களில் இப்பீடங்களைத் தனியே செய்துவைத் திருக்கின்றனர். சாஸ்தா, துர்க்கை, பத்ரகாளி பீடங்களின் மேல் முறையே பச்சை அல்லது நீலம், மஞ்சள், சிவப்பு வண்ணப் பட்டைப் போர்த்தியிருப்பர்.

பீடங்களுக்கு முன் தரையில் அரிசிப் பொடி தூவப்படும். இது நிலவரி எனப்படும். களத்தின் ஒரு பகுதியில் வைக்கப்

பட்டிருக்கும் விளக்கின் முன்னால் வாழை இலை விரிக்கப் பட்டு அதில் வெற்றிலை, பாக்கு, நிறைநாழி வைக்கப்படும். இதையடுத்து நெல் குவித்துவைக்கப்பட்ட பறை அல்லது மரக்கால் இருக்கும். இதில் தென்னம்பூ சொருகப்பட்டிருக்கும்.

பீடங்களுக்கு முன்னால் உள்ள வாழை இலைகளில் பச்சரிசி, அவல், பழம், பொரி, கருக்கு, வெற்றிலை படைக்கப் பட்டிருக்கும். இதையடுத்து 16 வாழை இலைகளில் பொரி, பழம், பாக்கு, வெற்றிலை இருக்கும். இவை ஒவ்வொன்றும் தெய்வங்களுக்குப் படையல். இவற்றுக்கு அருகே பீடங்களுக்கு முன் வாள், சூலம், மான் கொம்பு ஆகியன இருக்கும். இப்படி வைக்கப்படுவது வைப்பு முறை எனப்படும். இது முடிந்ததும் சங்கு முழங்கும்.

இதன் பின்பு உச்சப்பாட்டு ஆரம்பமாகும். சித்திரம் வரை யும் குழுவின் தலைவரே அதைப் பாடுவார். இவருக்கு உதவியாக இரண்டு மூன்று பேர் பின்பாட்டுப் பாடுவர். முக்கியப் பாட்டுக் காரரோ பின்பாட்டுக்காரரோ பாட்டுக்குப் பின்னணியாக நந்துன்னி என்னும் இசைக் கருவியை மீட்டுவார்.

உச்சப்பாட்டில் கணபதி, சரஸ்வதி, துர்க்கை, காளி, சாஸ்தா ஆகிய தெய்வங்களைக் குறித்த 12 பாடல்கள் பாடப் படும். இவற்றில் முதல் பாட்டு கணபதியையும் இரண்டும் மூன்றும் சரஸ்வதியையும் நான்கு ஐந்தும் கணபதியையும் ஆறும் ஏழும் துர்க்கையையும் எட்டும் ஒன்பதும் பத்ரகாளி யையும் இறுதி மூன்றும் சாஸ்தாவையும் குறித்தனவாய் அமைந் திருக்கும் (பி.இ.எண். 9).

உச்சப்பாட்டின் ஆரம்பத்தில் சிறிது நேரம் பஞ்சவாத்தி யங்கள் முழக்கப்படும். ஒரு தெய்வத்தைப் பற்றிய பாட்டு முடிந்து, அடுத்த தெய்வத்தைப் பற்றிய பாட்டு ஆரம்பமாகும் போதும் பஞ்சவாத்தியங்கள் ஒலிக்கும். உச்சப்பாட்டின் இறுதியில் சாஸ்தா பற்றிய பாடல்கள் பாடப்பட வேண்டும் என்பது மரபு.[5]

உச்சப்பாட்டு முடிந்ததும் முக்கியத் தெய்வத்திற்குப் பூஜை செய்யும் பிராமணர் அல்லது நம்பூதிரி களத்தில் இருக்கும் பீடத் தெய்வங்களுக்குப் பூஜைசெய்வார். இந்த நேரத்தில் சங்கும் பஞ்சவாத்தியங்களும் ஒலிக்கும். பின்னர் பீடங்களும் பிறபொருட்களும் அகற்றப்படும். வாள், மான் கொம்பு, சூலம் மூன்றும் முக்கியத் தெய்வம் இருக்குமிடத்தில் வைக்கப்படும்.[6]

உச்சப்பாட்டும் பீடங்களின் பூஜையும் முடிந்த பின்பு நீரொழிச்சல் பூஜை ஆரம்பமாகும். இது அம்மன் கோவில்களிலேயே நடைபெறும். பிற கோவில்களில் அபூர்வமாய் நடக்கும்.

நீரொழிச்சல் பூஜையின்போதும் களப்பகுதியில் நான்கு கால்கள் உள்ள சிறு விசுப்பலகைப் பீடம் அமைக்கப்படும். இதன்மேல் பட்டு விரிக்கப்பட்டிருக்கும். இந்தப் பீடத்திற்கு வாழை இலையில் வெற்றிலை, பாக்கு, பழம் வைக்கப்பட்டிருக்கும். இதன் அருகே ஒரு பாத்திரத்தில் மஞ்சளும் சுண்ணாம்பும் கலந்த சிவப்பு நீர் இருக்கும். இது குருதியாகக் கருதப்படும்.

நீரொழிச்சல் பூஜையைக் களப்பாட்டுக் குழுவின் மூத்த கலைஞரே நடத்துவார். இவர் கோடி வேட்டியால் தார்பாய்ச்சி, உத்தரீயத்தை முறுக்கிப் பூணூலாகத் தரித்துப் பலகையில் அமர்ந்திருப்பார். இவருக்கு முன்னால் சங்கு, சந்தனம், தீபத் தட்டு, மணி போன்ற பூஜைப் பொருட்கள் வைக்கப்பட்டிருக்கும். மூத்த கலைஞர் முதலில் பீடத்தின் முன்னால் உள்ள இலையில் அரிசி, மஞ்சள் பொடிகளைத் தூவுவார்.

நீரொழிச்சல் சடங்கில் 11 கிரிசைகள் நடத்திய பின்னர் 12 தியான ஸ்லோகங்களைச் சொல்லுவார். பின்னர் சரவன் யாசம் (கைபூஜை), ஆவாகனம் (மந்திரம் சொல்லி மூல தெய்வத்தை வரவழைத்தல்), அர்த்திய பாத்தியம் (சந்தனம், அரிசி படைத்துச் செய்யும் பாதபூஜை), கிரியை (முறைப்படி பக்தியுடன் செய்யும் பூஜை) என்னும் முறைப்படி பூஜை செய்கிறார். பிராமணர் அல்லாத சாதியைச் சார்ந்த இக்கலைஞர் பிராமணப் பூசாரியைப் போலவே உடம்பின் முக்கிய அங்கங் களான இதயம், சிரஸ், கண், சிகை, நாபி ஆகியவற்றைத் தொட்டும் பூஜைசெய்கிறார். ஆறாம் அங்கம் மனம். இது ஷடன்யாசம் எனப்படும்.[7]

கலைஞர் செய்யும் இப்பீடபூஜை சங்கல்பத் தெய்வம் களத்தில் எழுந்தருள உதவுவதாகக் கருதப்படும். இப்பீடமே முக்கியத் தெய்வத்தின் அடையாளம். இதில் செய்யப்படும் பூஜையின் சக்தி களத்தில் பரந்து இறங்கிவிடும் என்பது ஐதீகம்.

பீடபூஜையின்போது 'ஓம்சாம் நம' என்னும் மந்திரத்தை உச்சரிப்பர். தொடர்ந்து தேவியின் ஆயுதங்களின் பெயர்களைச் சொல்லிப் பூஜைசெய்தும் முகப்பூஜைசெய்தும் முக்கியத் தெய்வத்திற்கு நைவேத்தியத்தைக் காட்டி ப்ராணாகுதி பூஜை செய்தும் பின் எழுந்து நின்று தியான ஸ்லோகங்களைச் சொல்லியும் சடங்கை நிகழ்த்துவர்.

தியான ஸ்லோகப் பாடல்களில் கணபதி, பத்ரகாளி ஆகிய இரு தெய்வங்களையும் களப்பகுதிக்கு வரும்படி வேண்டும் கருத்து அடங்கியிருக்கும். கலைஞர் தேவியிடம்,

கன்னியில் கலந்த நீரும் காவிரியில் எழுந்த நீரும்
முன்னம் அயன் பணிந்த மணிக்கலசத்தால்

நீர் கோரிக்கொண்டு வந்து வெண்ணுற்றான்
களமெழுதி மகாபெரும் பத்ரகாளி எழுந்தருள
களத்திலிதா தெளிக்குந்நதனே

என்று வேண்டுவார்.

பீடத்திற்கு மீண்டும் பூஜைசெய்துவிட்டுக் குருதி நீரை (மஞ்சளும் சுண்ணாம்பும் கலந்த நீர்) களத்தைச் சுற்றி நிற்கும் பக்தர்களின் மேல் தெளிப்பார். நேர்ச்சைக்குரிய கலை நிகழ்ச்சி யாக இருந்தால், நேர்ந்துகொண்டவர்களைக் களத்தின் உட்பகுதி யில் கிழக்குத் திசையில் உட்காரவைத்து அவர்கள் தலையை மலர்களால் சுற்றித் திருஷ்டிகழித்துக் களத்தில் வீசுவார். பாத்திரத்தில் இருக்கும் குருதி நீரை எடுத்து அவர்களைச் சுற்றிவிட்டுக் களத்தில் தெளிப்பார். அதோடு நீரொழிச்சல் பூஜை முடியும்.

இதன் பிறகு களப்படம் வரையும் நிகழ்ச்சி ஆரம்பமாகும். முக்கியத் தெய்வத்திற்கு எதிரே உள்ள களப்பகுதியில் உச்சப் பாட்டு, நீரொழிச்சல் பூஜை நடப்பதும் களத்தில் பீடங்களை வைத்துப் பூஜைசெய்வதும் முக்கியத் தெய்வத்தைக் களப் பகுதியில் இறக்கி ஆவாகனம் செய்வதும் களப்படம் வரை வதற்குரிய முன் ஏற்பாடுகள்தாம். களப்படம் வரையப்படும் இடத்தில் தெய்வத்தன்மையை ஏற்றுவதுதான் இவற்றின் நோக்கம்.

காளி அல்லாத தெய்வங்களில் துர்க்கைக்கு 4 அல்லது 8 கைகளும் சாஸ்தா, பூதத்தான் இரண்டிற்கும் தலா 2 கைகளும் வரையப்படும். இந்தத் தெய்வங்களின் சித்திரப்பரப்பு குறைவாக இருப்பதால் நீரொழிச்சல் பூஜை முடிந்து கலைஞர் சிறிது ஓய்வெடுத்துவிட்டு மூன்று மணிக்குப் படம் வரைய ஆரம்பிப் பார்.

நீரொழிச்சல் பூஜை முடிந்ததும் களப்பகுதியில் உள்ள பொருட்களை எல்லாம் அகற்றிவிடுவர். களம் பெருக்கிச் சுத்தப்படுத்தப்படும். இப்போது களப்பகுதி படம் வரைய ஏற்றதாய் இருக்கும். மூத்த கலைஞர் முக்கியத் தெய்வத்தின் எதிரே நின்று வணங்கிவிட்டு அவரது இடது கைப்பக்கம் உள்ள இடத்தின் ஒரு மூலையில் அரிசிப்பொடியால் காளி தொடர்பான ஏதாவது ஒரு பெயரை எழுதுவார். இது படம் வரையலாம் என்பதற்கு அறிகுறி. இதன்பின் துணைக்கலைஞர் கள் செயல்படத் தொடங்குவர்.

முக்கியத் தெய்வத்திற்கு நேர் எதிரே களப்பகுதியின் நடுவில் 2.5 அல்லது 3 மீட்டர் நீளத்தில் வெண்மையான அரிசிப்பொடியால் ஒரு கோட்டை இழுப்பார் மூத்த கலைஞர்.

பின் கீழிருந்து மேலாக 1.75 மீட்டர் உயரத்தில் அதன் நடுவில் ஒரு வட்டம் இடுவார். களத்தில் வரையப்படும் படத்திற்கு ஏற்ப இந்த நேர்கோட்டின் நீளமும் வட்டமும் அமையும்.

இந்த வட்டம் பின்னர் களப்படத்தின் தலைப்பகுதியாக உருப்பெறும். காளி தலையின் இருபுறமும் காதுகளும் குண்டலமும் வரையப்படும். தலைப்பகுதி, நேர்கோடு ஆகிய வற்றின் அடிப்படையில் உடல்பகுதி. கைகள், கால்கள், வாகனம், மகிஷன் தலை ஆகியன வரையப்படும்.

களத்தில் வரையப்படும் படத்திற்கு நீள, அகலம் இவ்வளவு இருக்க வேண்டும் என்னும் கட்டாயம் இல்லை. மனித உருவத் திற்கு உரிய கைகால் அளவுகளையே முன்மாதிரியாகக் கொள்ள வேண்டும் என்னும் கட்டாயமும் இல்லை என்றே கலைஞர் கள் சொல்லுகின்றனர். முப்பது செ.மீ. நீளமுள்ள அளவு கோலையே மாதிரிக்காகப் பயன்படுத்துகின்றனர். வரை படத்திற்குக் கைநிச்சயம், பார்வை நிச்சயம் இரண்டும்தான் அளவுகள். இதற்கென்று மரபுவழி அளவுகள் இல்லை என்று சொல்லுகிறார் மூத்த கலைஞரான இடக்கோடு மாதவன் பிள்ளை.

வரைபடம் வரைபவர் குழுத்தலைவராக இருக்க வேண்டும் என்னும் கட்டாயம் இல்லை. அவர் துணைப்பாடகராகவும் இருக்கலாம். கைநிச்சயம் உள்ள ஒருவர் குழுவில் இருந்தால் அவரே வரைபடக்காரர் ஆகிறார். களப்படத்தை முழுவதும் அவரே வரைந்துவிடுவார்.

காளி படம் பீடத்தில் அமர்ந்திருப்பதுபோல் வரையப் படும். காளியின் வாகனமான வேதாளத்தைப் பீடத்தின் அருகில் வரையும் வழக்கம் முன்பு இருந்தது. வேதாளப் படம் தத்ரூபமாக அமைந்துவிட்டால் கோவிலுக்கோ ஊருக்கோ கெடுதல் வந்துவிடும் என்னும் நம்பிக்கை உண்டு. இதனால் கோவிலைச் சார்ந்தவர்கள் வேதாளப் படத்தை வரைய வேண்டாம் என்று கலைஞர்களிடம் சொல்லிவிடுகின்றனர்.

தூளிச் சிற்பமான படத்தில் ஒவ்வொரு கையிலும் ஆயுதங் கள் இருப்பதாகக் காட்டப்பட்டிருக்கும். தூளிச் சிற்பத் தெய்வம் ஆயுதங்களைப் பிடித்திருப்பதுபோலவே காட்டப் பட்டிருக்கும். படத்தின் நிலையைப் பொறுத்து அது எந்த ஆயுதம் என்று ஊகிக்க முடியும்.

சூலம், மழு, வாள் போன்றன தெளிவாகத் தெரியும் படியாக இருக்கும். பாசம், உளி, வஜ்ராயுதம், சக்தி ஆயுதம் போன்றவற்றை வேறுபடுத்திக் காட்ட முடியாது. ஆயுதங்கள் மட்டுமன்றிச் சங்கு, அக்கினி நீர்க்குடம், உடுக்கு போன்றவையும்

கைகளில் காட்டப்படுவதுண்டு. கைகளின் எண்ணிக்கை அதிகப் படும்போது ஆயுதங்களுடன் இவை காட்டப்படும்.

காளி, துர்க்கை போன்ற தெய்வங்கள் பீடத்தின் மேல் அமர்ந்திருப்பதுபோல் வரையப்படும் வழக்கம் இருந்தாலும் சாஸ்தா போன்ற தெய்வங்களுக்குக் குதிரை, யானை, புலி போன்ற வாகனங்களை வரைவது உண்டு.

படம் மேலிருந்து கீழ் என்னும் கேசாதிபாத முறைப்படி வரையப்படுவதாயின் அதை வரைந்து முடிக்க 2 முதல் 2½ மணி நேரம் எடுத்துக்கொள்ளுகின்றனர். படம் வரையும் கலைஞருக்குத் துணைக்கலைஞர்கள் வெள்ளை அரிசிப் பொடியை எடுத்துக் கொடுப்பது, படப் பகுதியைச் சுத்தப் படுத்துவது போன்ற உதவிகளைச் செய்கின்றனர்.

படம் முழுமை பெற்றதும் கோவிலின் முக்கியத் தெய்வம் அதில் புகுந்துவிடும் என்பதால், பொதுமக்களைக் களப்படத் தின் அருகில் வர அனுமதிப்பதில்லை. அவர்கள் களத்தைச் சுற்றிய திரைச்சீலைச் சுவரை ஒட்டி நின்றே படத்தைப் பார்க்க வேண்டும்.

களமெழுத்தும் பாட்டும் கலைக்குரிய வண்ணங்கள் வெள்ளை, சிவப்பு, கறுப்பு, மஞ்சள் ஆகியவைதாம். இப்போது காவி நிறத்தையும் சேர்த்துக்கொள்ளுகின்றனர். வெள்ளை நிறம் வரைபடத்திற்குரியது. இக்கலையின் அடிப்படை நிறமாகப் பச்சைதான் இருக்க வேண்டும் என்னும் நம்பிக்கை உள்ளது. காவி எளிதில் கிடைப்பதால் அது பெருமளவில் பயன்படுத்தப் படுகிறது.

பச்சரிசியை நீரில் ஊறவைத்து வெயிலில் காயவைத்துப் பொடித்து அரித்து வெள்ளை நிறப் பொடியைத் தயாரிக் கின்றனர். காய்ந்த மஞ்சள் கிழங்கைப் பொடித்து அரித்து மஞ்சள் நிறப் பொடியையும் கைக்குத்தல் நெல் உமியை எரித்துச் சாம்பலாகாத பக்குவத்தில் எடுத்து இடித்து அரித்துக் கறுப்பு நிறப் பொயையும் மஞ்சாடி இலையைக் காயவைத்து இடித்து அரித்துப் பச்சை நிறத்தையும் தயாரிக்கின்றனர். மஞ்சாடி இலை பழுப்போ பழுதோ இல்லாத இலையாக இருக்க வேண்டும். இதற்காக ஒவ்வொரு இலையையும் தனித் தனியே தேர்வுசெய்கின்றனர். நன்றாகக் காய்ந்த சுண்ணாம்பைப் பொடித்து அரித்து அதனுடன் மஞ்சள் பொடியைச் சேர்த்துச் சிவப்பு நிறத்தையும் புதிய சுட்ட செங்கல்லைப் பொடித்து அரித்துக் காவி நிறத்தையும் சேகரிக்கின்றனர்.

வரைபடம் முடிந்ததும் நிறப்பொடிகளைக் கொட்டாங் கச்சியில் (தேங்காய்ச் சிரட்டை) தேவைக்கேற்ப எடுத்து வரை

படத்தைச் சுற்றி வைத்துக்கொள்ளுகின்றனர். படத்தில் நிறப் பொடிகளைத் தூவுவதற்கு முன் மூத்த கலைஞர் படத்தின் வலது மார்பு வட்டத்தில் நெல்லையும் இடது மார்பு வட்டத் தில் அரிசியையும் குவித்துவைப்பார். பின் மார்புப் பகுதிகள் இரண்டிலும் நெல்லைக் குவித்துவைப்பார்.

நெல் குவியலின் மேலே நெல் கொஞ்சம்கூடத் தெரியாத வாறு பச்சை வண்ணப் பொடியைக் கலைஞர் தூவுவார். இதன் மேல் துணைக்கலைஞர் சிவப்புப் பொடியைத் தூவுவார். இப்போது காளியின் இரண்டு மார்புகளும் லேசான பச்சை கலந்த கருஞ்சிவப்பு நிறத்தில் இருக்கும். மார்புகளின் மீது வெள்ளிக் கவசம் அணிவிக்கும் வழக்கம் உண்டு. அது கோவிலின் பொருளாதார நிலையைப் பொறுத்தது. நேர்ச்சைக்காகவும் மார்புக் கவசம் கொடுப்பதுண்டு.

வரைபடத்தில் மார்புகள் மட்டும் இளம் சிவப்புக் குவியலாய்த் தெரியும். இப்போது பிற உறுப்புகளில் நிறப் பொடிகளைத் தூவ ஆரம்பிப்பர். வரைபடத்தை ஒருவர் வரைந் தாலும் நிறப்பொடிகளை 6, 7 பேர் தூவுவார்கள். இடுப்புக்கு மேல் இடது பக்கம் இருவர், வலது பக்கம் இருவர், தலைப் பக்கம் ஒருவர், இடுப்புக்குக் கீழ் ஒருவர் என ஒரே சமயத்தில் தூவ ஆரம்பிப்பர். நிறப் பொடியை எடுத்துக்கொடுக்க ஒருவர் தயாராக இருப்பார்.

இடுப்புக்கு மேல் உள்ள உறுப்புகளில் அனுபவம் வாய்ந்த கலைஞர்களே நிறப் பொடி தூவுவர். ஆயுதங்களுக்குக் கற்றுக் குட்டிகள். மூத்த கலைஞர் முகப் பகுதியில் நிறம் தூவுவார். வரைபடப் பகுதியின் பெரும்பாலான இடங்களில் பச்சைப் பொடியை லேசாகத் தூவிய பின்பு பொருத்தமான நிறம் தூவப்படும். வெள்ளையும் பச்சையும் அடிப்படை நிறங்கள் என்பது களப்பாட்டு மரபு. முகம், வயிற்றின் இடைப்பகுதி, கைகால்கள், பாதம் ஆகியன பச்சை நிறத்திலும் பீடம் கறுப்பு, சிவப்பு நிறங்களிலும் இடைப்பகுதியின் கீழ் உள்ள ஆடை காவி நிறத்திலும் ரவிக்கை கருஞ்சிவப்பு நிறத்திலும் அமைந் திருக்கும்.

களப்பாட்டு நிறங்கள் எல்லாமே அடர்த்தியானவை. படம் முழுக்க நிறம் தூவப்பட்ட பின்பு அதைச் சுற்றி மஞ்சள் வெள்ளை நிறப் பொடிகளைத் தூவுவர். இந்தப் பின்னணியில் காளி படம் பளிச்செனத் தெரியும். ஒரே சமயத்தில் 7 அல்லது 8 பேர் நிறம் தூவி உருவாக்கிய படம் என்னும் ஆச்சரியத்தை ஏற்படுத்திக்கொண்டே இருக்கும். பீடம் முழுமை பெற்றதும் நீண்ட வனமாலையைப் படத்தைச் சுற்றிப் போடுவர்.

படம் முழுமை பெற்றதும் மூத்த கலைஞர் தூபதீபம் காட்டிப் பூஜை செய்வார். இது சம்பிரதாயப் பூஜை எனப்படும். இப்பூஜையின்போது பஞ்சவாத்தியங்கள் முழங்கும். பூஜை முடிந்ததும் தோடயப்பாட்டு ஆரம்பமாகும். முழுமையான அந்தக் காளியின் ஓவியத்தை நேர் எதிரே நின்று பார்க்கும்போது ஆச்சரியம் காத்திருக்கும். பஞ்சவர்ணங்களில் அற்புதம் தெரியும். குவிந்த இளஞ்சிவப்பான மார்புகள், ஒடுங்கிய இடை, வெண்ணிறக் கோரைப் பற்கள், எல்லாக் கைகளிலும் ஆயுதங்கள், தேவியின் கால்களுக்கிடையே மகிஷனின் தலை, 16 கைகள் கொண்ட பெரிய அளவிலான காளியின் ஓவியம் எனப் பிரம்மிப்பைத் தொடர்ந்து அளித்துக்கொண்டே இருக்கும். சாஸ்திரிய பூஜைகளையும் சடங்குகளையும் கடந்து நாட்டுப்புறக் கலைஞரின் கைவண்ணம் அதில் தெரியும். கல்மிஷத்தை ஒழிக்கும் ஆகர்ஷண சக்தியை அதில் காண முடியும்.

களப்படத்தில் வண்ணம் கொடுக்கப்பட்ட பின்பு சம்பிரதாயப் பூஜை நடக்கும். இப்பூஜையை மூத்த கலைஞரே நடத்துவார். பூஜையின்போது பஞ்சவாத்தியங்கள் முழங்கும். பூஜை முடிந்ததும் தோடயப்பாட்டு ஆரம்பமாகும்.

தோடயப்பாட்டை மூத்த கலைஞரே பாடுவார். நந்துன்னி என்னும் இசைக் கருவியையும் இவரே இசைப்பார். சில துணைக்கலைஞர்கள் இவருக்குப் பின்பாட்டுப் பாடுவார்கள். தோடயப்பாட்டுக்காரர்கள் களப்படத்தின் அருகில் அமர்ந்து பாடுவர்.

தோடயம் என்பதற்குக் கணபதி வாழ்த்து எனப் பொருள். இது ஆரம்பப் பாடல். இதில் கணபதி மட்டுமன்றிச் சிவன், விஷ்ணு, சரஸ்வதி, துர்க்கை, பத்ரகாளி ஆகிய தெய்வங்கள் பற்றியும் பாடப்படும். தோடயப்பாட்டு 1 முதல் 1½ மணி நேரம் நிகழும்.

களப்பாட்டு நிகழ்ச்சியில் பாடல் மட்டும்தான். விளக்கம் கிடையாது. தோடயப்பாட்டிற்கும் கதகளிப்பாட்டிற்கும் ராக தாளத்தில் ஒற்றுமை உண்டு. கள ஓவியத்தின் பஞ்சவர்ணத்திற்கும் கதகளி ஒப்பனை நிறங்களுக்கும் உள்ள ஒப்புமை போன்றதுதான் இது.

தோடயப்பாட்டில் 1, 2, 7ஆம் பாடல்கள் கணபதியைப் பற்றியவை. இவற்றில் கணபதியின் பெருமை பேசப்படும். கடைசியில் ‘உன்னைச் சரணடைந்தேன்’ என இவை முடியும். விஷ்ணு பற்றிய பாடல்களில் அவரது பல்வேறு பெயர்களின் பட்டியல் இருக்கும். இதில் தசாவதார மகிமையும் வரும். சிவன் பற்றிய பாடல்களில் சிவனின் சம்ஹாரங்கள் வருணிக்கப்படும். பன்னிரு சிவாலயங்களில் ஒன்றான முஞ்சிறை திருமலைச்

(குமரி மாவட்டம்) சிவன் கோவிலைப் பற்றிய வருணனையும் இதில் வருகிறது.

பத்திரகாளி பற்றிய தோடயப்பாடல்களில் காளி நாட்டுப் புறத் தெய்வமாகவே வருணிக்கப்படுகிறாள். இவை காளியின் கொடூரமான தோற்றம் பற்றி விவரிக்கின்றன. சரஸ்வதி பற்றிய தோடயம் அவள் புத்தியைக் கொடுப்பவள் எனப் பாராட்டு கிறது. தோடயப்பாடல் விநாயகர் துதியில் ஆரம்பித்து விநாயகர் வணக்கத்தில் முடியும். இப்பாடல்களின் நடுவே துர்க்கை, சாஸ்தா பற்றிப் பாடுவதும் உண்டு.

தோடயப்பாட்டு முடிந்ததும் கலைஞர் சிறிது நேரம் ஓய்வெடுப்பார். பெரும்பாலும் 10:30க்குத் தோடயம் முடியும். 11 மணிக்குத் தாருகா வதைப் பாட்டு ஆரம்பமாகும். களமெழுத் தும் பாட்டும் கலையின் முக்கியமான பகுதி தாருகா வதைப் பாட்டுதான். இதைப் பாடுவதற்கும் முடிப்பதற்கும் நேரம், காலம் வரையறை இல்லை.

கோவிலின் பிற நிகழ்ச்சிகள், விழாவின் சூழ்நிலை இவற்றைப் பொறுத்துத் தாருகா வதைப் பாட்டு நீளமாகவோ சுருக்கமாகவோ பாடப்படும். பாட்டைச் சீக்கிரம் முடிக்கச் சொன்னால் தாருக வதைப் பகுதியை மட்டும் பாடிப் பிற பகுதிகளைக் குறைத்து விடுவர். தாருகாவதைப் பாட்டு மலையாளத்தில் அமைந்தது. குமரி மாவட்டத் தாருகா வதைப் பாட்டில் இடையிடையே தமிழ்க் காப்பு உண்டு. இது ஒருவகையில் ராமகதைப் பாட்டை ஒத்தது.

நிரணம் கவி மரபினராகிய ஐயப்பப் பணிக்கரே தாருகா வதைப் பாட்டை இயற்றியிருக்க வேண்டும் என்று களமெழுத்தும் பாட்டும் கலைஞர்கள் சொல்லுகின்றனர். ஐயப்பப் பணிக்கர் திருவனந்தபுரத்தை அடுத்த மலையின் கீழ்ப் பகுதியில் வாழ்ந்தவர். இவரது காலம் கி.பி. 16ஆம் நூற்றாண்டு என்பர். இவர் இயற்றிய காளி நாடகத்தின் ஒரு பகுதியே தாருகா வதைப் பாட்டு என்கின்றனர் கலைஞர்கள்.

தாருகா வதைப் பாட்டில் தாருகனுக்கும் காளிக்கும் இடையே நடந்த போர் பற்றிய செய்திகள் விரிவாக வருகின்றன (பி.இ. எண். 10). தாருகா வதைப் பாட்டின் இறுதியில் மங்களப் பாட்டுப் (அம்மானை) பாட வேண்டும் என்பது கட்டாயம். காளி அம்மானை ஆடுவதாகக் கதையை முடிக்க வேண்டும் என்னும் நம்பிக்கை இந்த வழிபாட்டுடன் இணைந்தது. தேவி ஆடும் அம்மானை,

> தங்ஙடே நல்ல மணிமண்டபத்தே காயேறி
> செம்மே வரிதெந்நு நாள் மலருமிட்டு

அ.கா. பெருமாள்

தேன்மொழியாரும் கிலுக்கிப் பொன்னம்மானை
ஆடுந்ந அம்மானை ஏதேது நல்லது
பாடுங்குயில் மொழி ஏதேது நல்லது
பைந்தொடிமார் எறிந்து ஆடும் பொன்அம்மான

என வருணிக்கப்படுகிறது. காளி அம்மானை பாடிக் களத்தில் வருவதாக ஐதீகம். அம்மானைக்குப் பின் பாடக் கூடாது என்பது நியதி.

களமெழுத்தும் பாட்டும் கலைக்குரிய இசைக் கருவிகள் நந்துன்னி, பஞ்சவாத்தியங்கள் ஆகியன. நீரொழிச்சல் பூஜை யிலும் களப்பாட்டு நிகழ்ச்சியிலும் நந்துன்னி இசைக்கப்படும். ஆரம்பப் பூஜையிலும் குருதிக்கள நிகழ்ச்சியிலும் பிற சடங்கு களிலும் பஞ்சவாத்தியங்கள் ஒலிக்கப்படும்.

நந்துன்னி என்னும் நரம்பிசைக் கருவி வயலின் போன்ற அமைப்புடையது. இது புங்கு அல்லது முக்கம்பால என்னும் மரத்தால் செய்யப்படுவது. இதன் நரம்பு பேசின்நாரு வள்ளி என்னும் கொடியைக் காயவைத்துத் தயாரிக்கப்படுவது. இக் கொடி இப்போது கிடைப்பதில்லை. இதனால் தேங்காய் நாரை மெல்லிதாய் முறுக்கி நரம்பாகப் பயன்படுத்துகின்றனர். சிலர் வயலினுக்குரிய உலோக நரம்பைக் கட்டியுள்ளனர்.

பஞ்சவாத்தியங்கள் திமிலை, வீக்குசெண்டை, இலைத் தாளம், சேங்கிலை, சங்கு ஆகியன. ஆனால் நடைமுறையில் மூன்று திமிலைகள், ஒரு சேகண்டி, ஒரு முழவு ஆகியவற்றையே பஞ்சவாத்தியங்களாகக் கொள்கின்றனர். களமெழுத்தும் பாட்டிலும் திமிலை, சேகண்டி, முழவு, சங்கு ஆகியன இசைக்கப் படுகின்றன. திமிலையைப் பாணி என்றும் அழைப்பர்.

திமிலையின் தட்டுப் பகுதிக்கு உதிரி உறுப்பு ஒன்றும் வைத்திருக்கின்றனர். தாளம் சுதி குறையும்போது உதிரி உறுப்பை மாற்றுகின்றனர். கோவிலின் பொருளாதார நிலையைப் பொறுத்துப் பஞ்சவாத்தியக் கலைஞர்களின் எண்ணிக்கை அமைகிறது. பொதுவாக மூன்று திமிலைகளைத் தலா ஒருவரும் முழவு சேகண்டி இரண்டையும் ஒருவரும்அடிக்கின்றனர்.

களப்படம் வரையும்போது பஞ்சவாத்தியங்கள் பலவகை தாளலயங்களுடன் முழக்கப்படும். வரைபடத்துக்கு நிறம் தூவும் போதும் சடங்குகள் செய்யப்படும்போதும் சம்பிரதாயப் பூஜையின்போதும் தோடயப்பாட்டு முடிந்து சில நிமிடங் களிலும் குருதிக்கள நிகழ்ச்சியின்போதும் களம் அழிப்பதற்கு முன்னரும் பஞ்சவாத்தியங்கள் ஒலிக்கப்படும்.[8]

களமெழுத்தும் பாட்டும் கலையை நிகழ்த்தும் கலைஞர் களின் எண்ணிக்கை கோவிலில் வரையப்படும் படத்தின்

பரப்பைப் பொறுத்ததுதான். நான்கு முதல் பதினாறுவரை உள்ள கைகள் கொண்ட படத்தை வரைவது வழக்கம். இதற்குப் பொதுவாக 4 முதல் 8 கலைஞர்களை அழைப்பர். இது கோவிலின் பொருளாதார நிலையைப் பொறுத்தது.

மூத்த கலைஞரே நீரொழிச்சல் பூஜை, சம்பிரதாய பூஜை போன்றவற்றைச் செய்கிறார். இவர் வரைபடத்தை ஆரம்பித்து வைப்பார். இவரது கைநிச்சயம், வயதின் தளர்ச்சியைப் பொறுத்து வரைபடம் முழுக்க வரையும் நிலை உள்ளது. பெரும்பாலும் துணைக்கலைஞர்களே வரைகின்றனர். குருதிக் களம் சடங்கையும் துணைக்கலைஞர்களே செய்கின்றனர்.

கன்னியாகுமரி மாவட்டத்தில் இக்கலையை நிகழ்த்து வோரின் எண்ணிக்கை பத்துக்கும் கீழாகவே உள்ளது. வடகேரளத் தில் இதை நிகழ்த்தும் கலைஞர்கள் பெருமளவில் இருந்தாலும் அவர்களை அழைக்கும் வழக்கம் நடைமுறையில் இல்லை. திருவனந்தபுர மாவட்டக் கலைஞர்கள், கேரள எல்லையில் உள்ள தமிழ்க் கிராமங்களில் கலை நிகழ்த்த வருகின்றனர்.

இக்கலையை மூத்த கலைஞரிடமும் தந்தையிடமும் பயில்கின்றனர். இந்நூலாசிரியர் 1985 அளவில் இடக்கோடு மாதவன் பிள்ளையைச் சந்தித்தபோது, "எனக்கு இப்போது வயதாகி விட்டது. 50 வருஷங்கள் கலைப் பழக்கம் உண்டு. இந்தக் கலைநுட்பத்தை என் மகனுக்குச் சொல்லிக்கொடுத்துள்ளேன். இதைத் தெரிந்துகொள்ள வேறு யாரும் வரவும் இல்லை. இன்னும் 20 – 30 வருஷங்களில் இதை நிகழ்த்த ஆள் இல்லாமல் ஆகிவிடும்" என்றார். அவரது பேச்சு ஆருடம்போல் பலித்து விட்டது. இன்று (2008) இந்த மாவட்டத்தில் 32 அல்லது 64 கைகள் கொண்ட காளி படத்தை வரையும் கலைஞர்கள் இல்லை.

கோவிலில் கலை நிகழ்த்த முன்பணம் வாங்கிவிட்டால், மூத்த கலைஞர் விரதம் இருக்க வேண்டிய நியதி இருந்தது. சைவ உணவே உண்பது, லாகிரி வஸ்துகள் பயன்படுத்தாமல் இருப்பது, உடலுறவு கொள்ளாமலிருப்பது, தினமும் காளி தோத்திரங்களை 108 முறை ஓதுதல் போன்றன விரத நியமங்கள்.

இந்தக் கலையை மட்டுமே நம்பி இக்கலைஞர்கள் வாழ வில்லை. கூலி விவசாயம், சிறிய அரசுப் பணி எனப் பிழைப் பிற்காக வேறு தொழில்கள் இருப்பதாலேயே இக்கலையைத் தொடர முடிகிறது என எஞ்சியிருக்கும் கலைஞர்கள் சொல்லு கின்றனர். இவர்களில் பெரும்பாலோர் நாயர் சாதியினராக இருப்பதால் கோவிலைச் சார்ந்தோர்களிடம் மரியாதையும் உள்ளது.[9]

சூரியக் கதிர்கள் பூமியில் படும் முன்பே களத்தில் வரையப் பட்ட படத்தை அழித்துவிட வேண்டும் என்பது நியதி. உதய சூரியனின் ரஷ்மிகள் தூளிச் சிற்பத்தில் படக் கூடாது; பட்டால் கோவில் இருக்கும் ஊரில் உள்ள மக்களுக்கு நல்லதல்ல என்ற நம்பிக்கை உண்டு.

களத்தை அழிப்பவர் பிராமணர் அல்லது நம்பூதிரிதான். இவர் கள அழிப்புக்கு முன்பு தூளிச் சிற்பமான காளிக்குப் பூஜைசெய்கிறார். பொரி, அவல், பழம் போன்றவற்றை நைவேத்தியமாகப் படைக்கிறார். அவற்றைக் களப்படத்தின் மேல் தூவுகின்றார். களப்பூஜை முடிந்ததும் படத்தைச் சுற்றி வேகமாக மூன்றுமுறை ஓடுகின்றார். பின் களப்படத்தை மீண்டும் ஒருமுறை வணங்கிவிட்டுக் கமுகம்பூவால் சித்திரத் தின் பாதத்திலிருந்து அழிக்கத் தொடங்குகிறார். அழிக்கும்போது காளியின் அருள் வந்தவராகத் துள்ளுகிறார்.

முந்தைய நாள் பகல் 12 மணிக்கு வரைபடம் வரையும் போதும் பின்னர் நிறம் தூவும்போதும் பிறகு முழுவடிவம் அடைந்த படத்தின் அருகே இருந்து கலைஞர் களப்பாட்டுப் பாடும்போதும் இரவு முழுக்க 8 மணி நேரம் அந்த அழகிய சித்திரத்துடன் ஒன்றிப்போன நிலையில் அதிகாலை வேளையில் கண்ணைத் திறக்கும் நேரத்தில் உயிர்பெற்றிருக்கும் ஓவியத்தை அழிக்கும்போது நெஞ்சம் நெகிழத்தான் செய்கிறது. பிராமணர் அல்லாதார் வரைந்த அந்த ஓவியத்தைப் பிராமணரே அழிக்க வேண்டும் என்னும் நியதியும் நெருடுகிறது.

படத்தின் மார்புப் பகுதியை அழித்து அதிலுள்ள நெல்லை யும் அரிசியையும் தனியாக எடுத்துவைத்துக்கொள்கின்றனர். பிராமணப் பூசாரி ஓவியத்தை அழிப்பதற்கு அதைப் படைத்த மூத்த கலைஞரே உதவுகிறார். அவரும் கமுகம்பூவால்தான் படத்தை அழிக்கிறார்.

ஓவியத்தின் மார்புப் பகுதியில் உள்ள நெல்லும் அரிசியும் திருமுலைப் பிரசாதம் எனப்படும். இந்த நெல், அரிசியில் ஒன்றோ இரண்டோ வேறு அரிசியுடன் சேர்த்துக் கஞ்சி வைத்துப் பிரசவமான பெண்ணுக்குக் கொடுத்தால் பால் சுரக்கும் என்னும் நம்பிக்கை நடைமுறையில் உள்ளது. ஓவியத்தின் பிற வண்ணப் பொடிகளைப் பிரசாதமாக வழங்குகின்றனர். வழிநடையாகப் பயணிப்பவர்கள் இதைக் கையில் வைத்திருந் தால் பேய் அணுகாது என்பது நம்பிக்கை.

களமெழுத்தும் பாட்டும் கலை நிகழும் கோவிலில் நிகழும் சடங்குகளுள் சாஸ்தா வருதி, குருதிக்களம் என்னும் இரண்டும் கலை நிகழ்த்துபவருடன் தொடர்புடையவை. இவ்விரு சடங்கு களும் காளி கோவிலில் மட்டுமே நடக்கின்றன. இவை வட

கேரளத்தில் நிகழவில்லை. தென்திருவிதாங்கூருடன் மட்டுமே தொடர்புடைய இச்சடங்குகளை வழிபாட்டின் கூறாகவே கருதுகின்றனர்.

காளி கோவிலில் பூஜை நடக்கும்போது சாஸ்தாவைக் கோவிலுக்கு அழைக்கவும் விழா நடத்தவும் வருதி (அனுமதி) கேட்கவும் செல்லும் இச்சடங்கு 'வருதி கேட்டல்' எனப் பொதுவாக அழைக்கப்படுகிறது. வருதி கேட்கச் செல்லும் கோவிலில் சாஸ்தா முக்கியத் தெய்வமாக இருப்பார். இந்த சாஸ்தா, விழா நடக்கும் காளி கோவிலுடன் தொடர்புடைய வராகவோ ஒரே நிர்வாகத்திற்கு உட்பட்டவராகவோ இருப்பர்.

காளி கோவிலில், களப்பாட்டு நிகழ்ச்சியில் நிறப்பொடியைத் தூவ ஆரம்பிக்கும்போது வருதி கேட்கச் செல்கின்றனர். விழா நடக்கும் கோவிலின் நிர்வாகியோ ஊரின் மூத்த மனிதரோ 100 செ.மீ. நீளமுள்ள போர்வாளை ஏந்திக் கரையில் சிவப்புப் பட்டுடுத்திக் கம்பீரமாக முன்னால் வருவார். இவருக்குப் பின்னால் சேகண்டி, நையாண்டிமேளம், நாகஸ்வரம் இசைத்த வாறு பக்தர்கள் வருவர். ஊர்வலத்தில் வெற்றிலை, பழம், கமுகம்பூ, பழக்குலை ஆகியன கட்டித் தொங்கவிடப்பட்ட நீண்ட மூங்கில் கழியைத் தூக்கிக்கொண்டு நான்கு சிறுவர்கள் வருவார்கள். இந்த ஊர்வலத்தில் செல்லும் சிறுவர்கள் பொருளில்லாத வெற்றொலியை எழுப்பிக்கொண்டு செல் வார்கள்.[10]

ஊர்வலம் சாஸ்தா கோவிலுக்குச் சென்றவுடன் கோஷம் நின்றுவிடும். இந்த ஊர்வலம் புறப்படும் முன்பே களப்பாட்டுக் கலைஞரும் துணைக்கலைஞரும் சென்றுவிடுவர். அவர்கள் அக்கோவிலின் முன்வாசலில் ஊர்வலத்துக்காகக் காத்திருப்பர்.

வாளை ஏந்திச்செல்லும் பெரியவர் சாஸ்தா கோவிலின் கிழக்கு வாசல் நடையில் நிற்பார். அங்கு நிற்கும் பிராமணப் பூசாரி பெரியவரிடமிருந்து வாளை வாங்கி முக்கியத் தெய்வத் தின் முன்னே வைப்பார். பின் நாதஸ்வரம், நையாண்டிமேளம் முழங்க சாஸ்தாவுக்குப் பூஜை நடக்கும்.

கோவிலின் முன்திண்ணையில் சிவப்புத் துணி போர்த்தப் பட்ட பூடமும் அதன் முன்னே கமுகம்பூ, பழம், கருக்கு ஆகியனவும் வைக்கப்பட்டிருக்கும். ஒரு மரக்காலில் நெல்லும் குத்துவிளக்கும் இருக்கும். இதன் முன்னே அமர்ந்து பூஜை செய்வார் மூத்த கலைஞர். கொஞ்சநேரம் கழித்து நந்துன்னியை மீட்டிப் பாடுவார். அவரது பாட்டுக்கேற்பத் திமிலை அடிக்கப் படும்.

கலைஞரின் பாடல்கள் தமிழும் மலையாளமும் கலந்தவை. இவை சிவபெருமானின் திருவிளையாடல்களையும் அவர்

மலைமகளுடன் இணைந்து கணபதியையும் முருகனையும் பெற்றதையும் வேறு சிவபுராண நிகழ்ச்சிகளையும் குறிக்கின்றன.[11] கலைஞர்,

சங்கரன் திங்கள் ஆகும்
  சடையரன் அடவு தன்னில்
பங்கி சேர்ந்து ஒளிவிளங்கும்
  பகவதி மலைய மாதோடு
சங்க வாரணமாம் எற்றம்
  சுகமொடு புணர்ந்து பெற்ற
மங்கல கணேசனை மலரடி
  கைதொழுட தேனே

எனப் பாடிவிட்டு சாஸ்தாவைப் பாடுவார்.

சாஸ்தா ஆரியங்காவிலிருந்து வந்தவர்; புலியின் மேல் வருபவர்; வலிமை உடையவர் என்னும் பொருளில் மலையாள உச்சரிப்பில் தமிழ்ப் பாடல்களை அவர் பாடுவதற்கேற்பத் திமிலை ஒலிக்கும். நந்துன்னியும் மீட்டப்படும். கலைஞரின் பாடல் முடிந்ததும் ஊர்வலம் காளி கோவிலுக்குச் செல்லும். ஊர்வலத்தில் ஒருவர் சாஸ்தா கோவிலிலிருந்து சூலத்தைக் கொண்டுவருவார்.

களப்பாட்டுக் கலையின் இன்னொரு சடங்கு குருதிக்களம். தாருகன் என்னும் அரக்கனைத் துர்க்கை வதைக்கும் கதையை நிகழ்த்திக்காட்டுதலே இந்தச் சடங்கு. இது காளி கோவில்களில் மட்டுமே நடக்கிறது.

முக்கியத் தெய்வம் இருக்கும் அறைக்கு முன்பகுதியில் படம் வரைந்த பின்பு தாருகா வதைப் பாட்டு ஆரம்பமாகும். அதில் தாருகன் வதையும் அவனை அழிக்கக் காளி செய்யும் தந்திரப் போர் முறையும் வருணிக்கப்படும். தாருகன் வதை முடிந்ததும் குருதிக்களம் சடங்கு தொடங்கும்.

இச்சடங்கு பெரும்பாலும் இரவு 1 மணிக்கும் அதிகாலை 4 மணிக்கும் இடைப்பட்ட நேரத்தில் நடக்கிறது. இதை மூத்த கலைஞரோ துணைக்கலைஞரோ செய்கிறார். குருதிக்களச் சடங்கு கள ஓவியம் இருக்கும் இடத்துக்கு அடுத்த வெட்ட வெளியில் நடக்கிறது. இதற்கு மேற்கூரை இல்லை. அந்த வெட்டவெளியில் தெற்குத் திசை பார்த்துக் குலையுடன்கூடிய வாழைமரமும் இலஞ்சி மரமும் நடப்பட்டிருக்கும். இவை தாருகனாகக் கருதப்படும். வாழைமரத்தை மூட்டிலிருந்து வெட்டும்போதும் குருதிக்களத்தில் நடும்போதும் குலைக்குச் சேதம் வராமல் பார்த்துக்கொள்ள வேண்டும். வாழைக்குலையில் ஒட்டிய பூவும் சேதப்படக் கூடாது.

வாழைமரத்தின் இருபுறமும் விளக்கு, நிறைநாழி நெல், கமுகம்பூ, கருக்கு, பழம் ஆகியன இருக்கும். இரண்டு விளக்குகளின் நடுவில் முன்புறம் சிவப்புத் துணி விரிக்கப்பட்ட பீடம் இருக்கும். அதன் முன் நிறைநாழி அரிசி, பழம், வெற்றிலை, கருக்கு ஆகியன இருக்கும். பீடத்தில் நீண்ட வாள் வைக்கப்பட்டிருக்கும். இது சாஸ்தா கோவிலுக்குக் கொண்டுசெல்லப்பட்ட அதே வாள்தான்.

சிவப்புத் துணிப்பீடம் காளியாகக் கருதப்படும். இதன் முன் குருதிக்களம் இருக்கும். சுமார் 150 செ.மீ. நீளமும் 100 செ.மீ. அகலமும் உடைய குருதிக்களம் வாழைத் தடைகளால் தயாரிக்கப்பட்டது. இது தரைமட்டத்திலிருந்து 30 செ.மீ. உயரத்தில் இருக்கும்.

குருதிக்களத்தின் மேல் சிறிய துணிப்பந்தங்கள் நடப்பட்டிருக்கும். பந்தங்களின் எண்ணிக்கை ஒற்றைப்படையாய் இருக்க வேண்டும். வாழைக்குலையில் உள்ள காய்களிலும் துணிப்பந்தங்கள் சொருகப்பட்டிருக்கும். பெரிய பந்தம் குருதிக்களத்தின் நடுவில் நிற்கும்.

களத்தின் எதிர்ப்புறத்தில் வைக்கப்பட்டிருக்கும் மூன்று பெரிய பாத்திரங்களிலும் மஞ்சளும் சுண்ணாம்பும் கலந்த குருதிநீர் இருக்கும். ஒவ்வொரு பாத்திரத்தின் அருகிலும் கமுகம் பூவும் பிற பூக்களும் குவிந்துகிடக்கும். இந்தப் பூப்படையலுக்கு எதிரே மூத்த கலைஞரோ துணைக்கலைஞரோ இருப்பார்.

சம்மணம் இட்டு அமர்ந்திருக்கும் கலைஞருக்கு முன்னால் கெண்டியில் நீர், சிறிய சங்கு, மணி போன்ற பூஜைக்குரிய பொருட்கள் இருக்கும். கலைஞர் பீடத்தைத் துர்க்கை அம்மனாக எண்ணிப் பூஜைசெய்கிறார். துர்க்கையின் சக்தி கலைஞருக்கு வருவதற்கான பூஜை இது. கரவன்யாசம், ஆவாகனம், அர்ச்சிய பாத்தியம் என்னும் முறைப்படி இது நடக்கிறது.

ஒரு மணி நேரப் பூஜை முடிந்ததும் கலைஞர் துர்க்கையாகிவிடுகிறார். அவர் பூக்களை வாழைமரமான தாருகனின் மேல் வாரி இறைக்கிறார். இந்த நேரத்தில் துணைக்கலைஞர்கள் வாழைமரத்தில் குத்தப்பட்ட பந்தங்களிலும் குருதிக்களத்தில் நடப்பட்ட பந்தங்களிலும் நெருப்பைப் பொருத்துகின்றனர். குருதிக்களத்தின் நடுவே உள்ள பெரிய பந்தம் திமுதிமுவென எரியும்.

இந்த நேரத்தில் கலைஞர் ஆவேசமடைந்து ஆடுகிறார். மூன்று இளவன் காய்களை எடுக்கிறார். அவற்றைக் கத்தியால் வெட்டிக் குருதிப் பாத்திரங்களில் போடுகிறார். பின் அந்தக் குருதி நீரைக் கையால் வாரி வாழைமரத்தில் இறைக்கிறார்.

பின் பாத்திரங்களைக் கவிழ்த்துவைக்கிறார். அதில் ஒரு தேங்காயை உடைத்துப் பிளந்துவைக்கிறார். இப்போது தாருகனின் படைவீரர்களைக் காளி கொன்றுவிட்டாள். இதற்கு அடையாளமே இளவன்காயை வெட்டியதும் பந்தத்தைக் கொளுத்தியதும். கலைஞர் வாழைக்குலையையும் குருதிக் களத்தையும் சுற்றிவருகிறார். இப்போது கோரமாக வாழையைப் பார்க்கிறார். இவ்வளவு நேரமாகத் தொடர்ந்து ஒலித்துக் கொண்டிருந்த பஞ்சவாத்தியங்கள் நின்றுவிடுகின்றன. பின்னணி திடீரென மாறுகிறது.

குளிரும் வாடைக்காற்றும் வீசும் அந்த நடு இரவில் கொஞ்சமாய் நிற்கும் பக்தர்கள் அமைதியாக நிற்கின்றனர். கலைஞர் திடீரென அருள்வந்தவராகப் பீடத்தின் அருகே சென்று வாளை எடுக்கிறார். வாழைமரத்தின் அருகே சென்று வாழைக்குலையை ஒரே வெட்டாக வெட்டுகிறார். வெட்டுப் பட்ட வாழைக்குலை பீடத்தின் மேல் விழுகிறது. தாருகன் இறந்துவிட்டான். காளியின் கால்களில் தாருகன் கிடக்கிறான்.[13]

போரிட்ட களைப்பால் காளியாக மாறிய கலைஞர் சோர்வடைகிறார். அவருக்கு மூச்சு இழைகிறது. குருதிக்களத்தின் ஓரத்தில் வந்து நிற்கிறார். துணைக்கலைஞர்கள் எரிகின்ற பந்தத்தை அணைக்கின்றனர். களம் கலைக்கப்படுகிறது. பின்னணி மாறுகிறது.

தாருகன் வதை முடிந்துவிட்டது. காளி அவனைக் கொன்றொழித்துவிட்டாள். தேவர்கள் மகிழ்கின்றனர். காளியும் தன் கோரவடிவைச் சிவனுடன் கலக்கவிடுகிறாள். இப்போது அவள் சாந்த சொரூபி. அதன் அடையாளமாகக் காளியான கார்த்தியாயனி அம்மானை ஆடப்போகிறாள். இதைக் கலைஞர் பாடிக்காட்டுகிறார். கோரமாகப் போரிட்ட கலைஞரே இப்போது நந்துன்னியை மீட்டி அம்மானை பாடுகின்றார். அம்மானையுடன் மங்களமும் பாடப்படுகிறது. அதர்மத்தை அழித்துச் சாந்தியை நிலைநாட்டும் வாழையைப் பல்வகைச் சந்த நயங்களுடன் பாடுகிறார் கலைஞர். தாருகன் மட்டுமல்ல, இப்போது களத்தில் வரையப்பட்ட காளியையும் கலைஞர் அழித்துவிடுகிறார்.

குறிப்புகள்

1. கன்னியாகுமரி மாவட்டம் கல்குளம் வட்டம் இடக் கோடு ஊரினரான வீ.மாதவன் பிள்ளை (1995இல்

77 வயது) நாயர் சாதியினர். ஆரம்பப் பள்ளி ஆசிரியராக இருந்து ஓய்வுபெற்றவர். ஐம்பது ஆண்டுகளாக இக் கலையை நிகழ்த்திவருகிறார்.

2. கன்னியாகுமரி மாவட்டம் கல்குளம், விளவங்கோடு வட்டங்களில் மணலிக்கரை, மெதுகும்மல், மங்காடு, ஐங்காமம், மங்கலம், திற்பரப்பு, பாத்திரமங்கலம், இடைக் கோடு, மலைக்கோடு, பளுகல், மணவூர்க்கோணம், கூட்டாலமூடு, அளப்பங்கோடு போன்ற ஊர்களில் உள்ள காளி, சாஸ்தா கோவில்களில் சில ஆண்டுகளுக்கு முன்புவரை இக்கலை சாதாரணமாய் நிகழ்த்தப் பட்டது.

3. நாயர் பிரதானிகளின் நாலுகட்டு வீடுகளில் தெற்குப் பக்கம் பெண்கள் தங்குவதற்கென்றே தனியிடமும் இவர்கள் வழிபடுவதற்கென்று சிறிய கோவிலும் இருக்கும். பிற்காலத்தில் நாயர் தறவாட்டு அமைப்பு உடைந்து, நாலுகட்டு வீட்டின் கூட்டுக் குடும்ப அமைப்பு சிதறிய பின்பு தெற்குப் பகுதியில் இருந்த காளி கோவில் தனிக் கோவிலாக மாறியது. இந்தச் சிறிய கோவில் குடும்பக் கோவிலாக வளர்ச்சிபெற்றது. இந்த இடத்திலும் களம் எழுத்தும் பாட்டும் நிகழ்கிறது.

4. சாத்திர முறைப்படி அமைக்கப்பட்ட கோவில்களில் கருவறையில் பிரதிஷ்டை செய்யப்பட்ட விக்கிரகம், அர்ச்சனா விக்கிரகம், உற்சவ விக்கிரகம் ஆகிய மூன்றும் இருக்கும். கருவறை விக்கிரகம் பிரதிஷ்டை செய்யப் பட்டதாய் இருக்கும். அதைப் பீடத்திலிருந்து அசைப்ப தில்லை. அது கல், உலோகம் தவிர பிறபொருட்களில் செய்யப்பட்டதாய் இருந்தால் அதற்கு அபிஷேகம் கிடை யாது. அப்படியிருந்தால் அபிஷேகம் அர்ச்சனா விக்கிரகத் துக்கு மட்டுமே. கருவறை விக்கிரகத்தின் முழுச்சக்தியைக் கொண்டது அர்ச்சனா விக்கிரகம். இதைக் கருவறையை அடுத்து இருக்கும் மண்டபத்தில் வைத்துப் பூஜைசெய்வர். அப்போது கருவறை இறைவனின் சக்தியை அர்ச்சனா விக்கிரகத்துக்குக் கொண்டுவரும் சடங்கு நடக்கும். உற்சவ விக்கிரகம் கோவில் விழாக்களில் வாகனத்தில் வீதியில் எடுத்துவரப்படுவது. அதுவும் கருவறையின் சக்தி கொண்டதாகவே கருதப்படும். இவ்வாறாகக் கருவறை வடிவத்தின் சக்தியை அர்ச்சனா விக்கிரகத்திலும் உற்சவ விக்கிரகத்திலும் ஆவாகனம் செய்து பக்தர்கள் தரிசிக்கும் படியான ஏற்பாடு இருப்பதைப் போலவே களச்சித் திரத்திலும் கொண்டுவருவதாகக் கொள்ளலாம்.

5. வில்லிசை நிகழ்ச்சியில் சாஸ்தா கதையை முதலில் பாடுவதுதான் நியதி. முக்கியத் தெய்வம் எதுவாக இருந்தாலும், சாஸ்தா கதையின் சில பகுதிகளைப் பாடி விட்டே முக்கியத் தெய்வக் கதையைப் பாடும் மரபு சில ஆண்டுகளுக்கு முன்புவரை நடைமுறையில் இருந்தது.

6. வாள், சூலம், மான் கொம்பு மூன்றும் காளியின் சின்னங்களாகவே கருதப்படும். இந்த ஆயுதங்கள் காளிக்கு உரியவை. இவற்றைப் பயன்படுத்திய வீரர்கள் இவற்றை ஆயுதங்களாக மட்டுமன்றிப் பெண் தெய்வங்களாகவும் கருதினர்.

7. ஷடன்யாசம் என்பது உடலின் முக்கியமான அங்கங்களைத் தொட்டு அருள் வேண்டுவது. இதயம், சிரஸ், கண், சிகை, நாபி போன்றவை இவற்றில் முக்கியமானவையாகக் கருதப்படும்.

இருதய முத்திரை : 'ஓம்ரேவந்தாய சீறுதாய நம' என்னும் மந்திரம் கூறி இதயத்தில் கைவைத்தல்.

சிரோ முத்திரை : 'ஓம் மகாதேவி சிரசேல்வாகா' என்னும் மந்திரம் கூறித் தலையில் கைவைத்தல்.

சிகா முத்திரை : 'ஓம் கோபிக்றே சிகாயம் வௌஷலி' என்னும் மந்திரத்தை ஓதித் தலைமுடியில் கை வைத்தல்.

கவஜ முத்திரை : 'ஓம் பிறபவே கவசாயரும்' என்னும் மந்திரம் ஓதிக் கைகளின் நடுவில் வைத்தல்.

நேவு முத்திரை: 'ஓம் திப்றே நேற்றபியாசே வௌஷவ்' என்னும் மந்திரம் ஓதி நெற்றியில் கைவைத்தல்.

8. பஞ்சவாத்தியங்கள் ஒலிக்கப்படும் இசைக்கு ஐந்து வகையான சொற்களைக் குறிப்பிடுகின்றனர்.

நகா கதை: விரல்கொண்டு சப்தம் உண்டாக்குதல்

முகா கதை: முகத்திலிருந்து வருவது (சங்கு மூலம்)

கரா கதை: கையால் அடிப்பது (திமிலையில் அடிப்பது)

காஷ்ட கதை: கொம்பு மூலம் வருவது

அன்னி போன்யம்: இலைத்தாளம் மூலம் வருவது

பஞ்சவாத்தியம் கொட்டுவதால் சப்தகன்னிகளான பிராமி, மகேஸ்வரி, கவுமாரி, வைஷ்ணவி, வராகி, இந்திராணி, சாமுண்டி ஆகிய தேவதைகள் எழுந்து வரும் என்னும் நம்பிக்கை உள்ளது.

9. பதினாறு கைகள் கொண்ட அம்மன் படம் வரைந்து பாடுவதற்குரிய கூலி உத்தேசமாக:

>   1985ஆம் ஆண்டில் ரூ. 900
>   1990ஆம் ஆண்டில் ரூ. 1200
>   1995ஆம் ஆண்டில் ரூ. 1500
>   2000ஆம் ஆண்டில் ரூ. 2200
>   2005ஆம் ஆண்டில் ரூ. 2500 முதல் 3000 வரை.

10. கன்னியாகுமரி மாவட்டத்தில் நடந்த மண்டைக்காடு மதக் கலவரத்துக்குப் பின் (1982) இது போன்ற ஊர் வலங்களில் 'ஜெய் காளி ஓம் காளி' என்று கூறுவது வழக்கமாகிவிட்டது.

11. சாஸ்தா வரிதியில் பாடல்கள் மலையாள மொழி உச்சரிப்பில் பாடப்பட்டாலும் அவை தமிழ்ப் பாடல்களே. தமிழ் தெரியாத கலைஞர், தமிழ் அதிகம் பேச்சு வழக்கு இல்லாத கிராமத்தில் மலையாளிகளுடன் தொடர்புடைய கோவிலில் பாடும் இவற்றைத் தனியே தொகுத்து ஆராயலாம்.

12. 1930க்கு முன்பு வாழைக்குலையை வெட்டுவதற்குப் பதில் ஆட்டையே பலியிட்டனர். ஆட்டின் குருதி நீரையே பாத்திரத்தில் சேகரித்துத் தெளித்தனர்.

களமெழுத்தும் பாட்டும்

களமெழுத்தும் பாட்டில் அம்மன் படம்

களமெழுத்தும் பாட்டும் சடங்கு

நந்துன்னி மீட்டிப் பாடுதல்

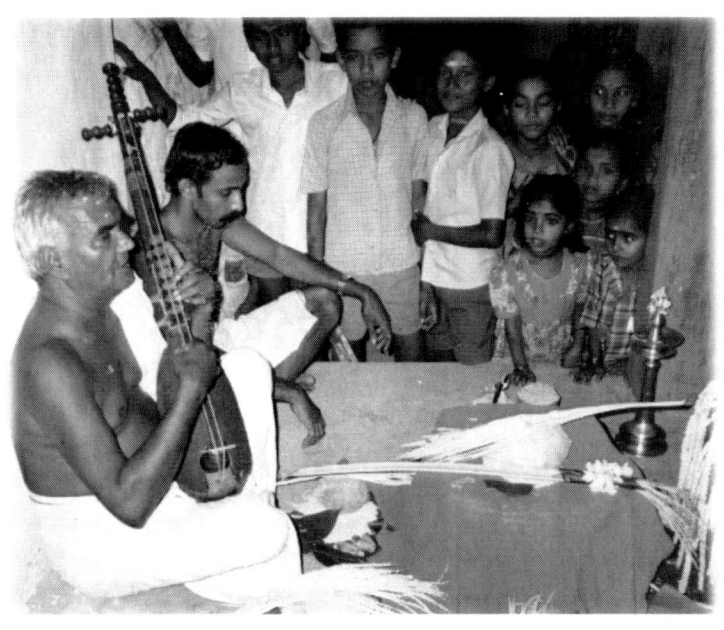

களமெழுத்தும் பாட்டும் நீரொளிச்சல் பூசை

பின்னிணைப்புகள்

1. கணியான் ஆட்டக் கலையில் பாடப்படும் கதைகளின் பட்டியல்

நாட்டுப்புற ஆண் தெய்வக் கோவில் விழாக்களில் பாடப்படுவன

முண்டன் கதை
சிவனணைந்த பெருமாள் கதை
பலவேசக்காரன் கதை
வல்லரக்கன் கதை
சுடலைமாடன் கதை
பன்றிமாடன் கதை
சப்பாணிமாடன் கதை
தளவாய்மாடன் கதை
வண்ணாரமாடன் கதை
காலசாமி கதை.

பெண் தெய்வக் கோவில்களில் பாடப்படுவன

பேச்சி அம்மன் கதை
காளி அம்மன் கதை
பிரம்மசக்தி அம்மன் கதை
இசக்கி அம்மன் கதை
பத்ரகாளி அம்மன் கதை
முத்தாரம்மன் கதை
முப்புடாரி கதை
சந்தனமாரி கதை
உச்சினிமாகாளி கதை
துர்க்கை அம்மன் கதை.

அகால மரணத் தெய்வக் கதைகள்
- சின்னதம்பி கதை
- முத்துப்பட்டன் கதை
- மந்திரமூர்த்தி கதை
- மதுரைவீரன் கதை
- பொம்மி கதை.

பிற கதைகள்
- அரிச்சந்திரன் கதை
- குருபத்திரன் கதை
- கிருஷ்ணசாமி கதை
- மார்க்கண்டேயன் கதை
- மீனாட்சி கல்யாணம்
- பார்வதி கல்யாணம்
- வாலி மோட்சம்
- சீதா கல்யாணம்
- வள்ளி திருமணம்
- பாரதக் கதைகள்
- கந்தபுராணக் கதைகள்
- திருவிளையாடல் புராணக் கதைகள்.

2. கணியான் தோற்றக் கதை
(சுடலைமாடன் ஏட்டில் உள்ளபடி)

தட்சராஜன் உலகம் முழுவதையும் தன்கீழ்க் கொண்டுவர ஆசைப்பட்டான். அதற்காகப் பெரிய யாகம் செய்தான். அதில் கிடைத்த அவிர்பாகத்தைச் சிவபெரு மானுக்குக் கொடுக்கக் கூடாது என்று முனிவர்களுக்கு ஆணையிட்டான் தட்சன். இதை அறிந்த சிவன் கோப முற்று நெற்றிக் கண்ணைத் திறந்தார். அதிலிருந்து வீரபத் திரன் பிறந்தான். அதே நேரத்தில் பார்வதியின் வியர்வை யிலிருந்து பேய்ப்படைகளும் பிறந்தன. எல்லோருமாகத் தட்சன் யாகம்செய்த இடத்திற்குச் சென்றனர். தட்சனுடன் போரிட்டுக் கொன்றனர்.

பார்வதி சிவனைப் பணிந்தாள். தந்தைக்கு உயிர் கொடுக்க வேண்டும் என வேண்டினாள். சிவன் ஆட்டின் தலையைத் திருகித் தட்சனின் உடலில் பொருத்தி உயிர் கொடுத்தார். தட்சன் சிவனை வணங்கித் தனக்குத் தவம் செய்ய அருளுமாறு கேட்டான். சிவன்,

வீரமுடன் கீர்த்தி பெற்ற மெய்ச் சுடலை மாடனையும்
பிரம்மராக்கு சக்தியையும் பிரபலமாம் கூட்டத்தினையும்
உரமுடனே பிறவி செய்ய உற்ற கயிலாசமதில்

கூட்டிக்கொண்டு வாரும் என்றார். சுடலைமாடனை உருவாக்கத் தட்சராஜன் தலைமையில் யாகம் நடந்தது. யாகத் தீயிலிருந்து பிரம்மராக்கு பிறந்தாள். தொடர்ந்து சுடலைமாடன் பிறந்தான். ஆனால் யாகக்குண்டத் திலிருந்து சுடலை வெளியே வரவில்லை. எனக்குப் பெரிய பூசைபோட்டால் மட்டுமே வருவேன் என்றான். யாகம்செய்தவர்களும் அதற்கு இணங்கினர். மாடன் தனக்குப் பூஜைசெய்ய வேண்டிய முறையைச் சொன்னான்.

ஆசையுடனே சுடலை மாடன்
அன்புடன் பூசை கொள்ளுவானோ
மருட்டிக் கழுத்தை வெட்டியல்லோ
மாறிப் பூசை கொள்ளுவானோ
மகுடச் சத்தம் கேட்டால் ஒழிய
மாடன் பூசை கொள்ளுவனோ
நாக்கு வெட்டினைக் கண்டால் ஒழிய
நானோ பூசை கொள்ளுவனோ
பேய்க்கு முகத்தைக் கண்டால் ஒழிய
பெருகப் பூசை கொள்ளுவனோ
பெரிய கணியான் வந்தால் ஒழிய
பூசை கொள்ளுமோ மாடனும்?

அதனால் கணியானைப் பிறப்பித்துவிடுங்கள். அதன் பிறகு என்னிடம் வாருங்கள் என்றான். அப்போது தட்சனும் தேவர்களும் சிவனிடம் வந்தனர்.

கைவெட்டுக்கு எங்கே போவோம்
கணியானுக்கு எங்கே போவோம்
முன் கைவெட்டுக்கு எங்கே போவோம்
நாக்கு வெட்டுக்கு எங்கே போவோம்
நரபலிக்கு எங்கே போவோம்
பேய் முகத்துக்கு எங்கே போவோம்
பேயாட்டத்துக்கு எங்கே போவோம்
மகுடத்துக்கு எங்கே போவோம்
மாடன் பூசை கொள்வதற்கு

என்று இரக்கமாய்க் கேட்டார்கள்.

சிவபெருமான், "தெய்வலோகத்து அரம்பையர்கள் ஏழு பேரும் இந்திராணி தலைமையில் என் முன்னே வந்து ஆடட்டும். அப்போது கணியான் பிறப்பான்" என்றார். அரன் சொன்ன படி அரம்பையர்கள் வந்து அவர் முன்னே ஆடினர். இந்திராணியும் ஆடினாள். அப்போது,

காலுவைத்த கீர்த்தியிலே
கனத்தமணி அம்பரலும்
மேலும் கீழும் சிலம்பதுதான்
மிக்க நல்ல மணியும் பரல்
தெறித்து அரனார் திருமும்பிலே
சென்று கிடந்து துடிக்க
குறிப்பாக அரனாரும்
குணமுடனே பார்த்திடவே
பார்த்திருக்க அரனாரும்
பருத்தமணி ஓசையிலே

நேர்த்தியுடன் கணியானும்
நேசமுடன் பிறந்திடவே
மாற்றமில்லாப் பேய் முகமும்
மகுடமொரு மத்தளமும்
சீற்றமுடன் இருகாலில்
சிலம்பதுவும் அணிந்திடவே
கெச்சமது கலகலென
கெருவிதமாய் ஆடி வந்தான்
மிச்சமுள்ள கணியான்களும்
விதவிதமாய் ஆடினரே.

இப்படியாக ஆடிவந்த கணியான் சிவன் முன்னே பணிந்து நின்றான். "சுவாமி நான் எப்படி ஆட வேண்டும்?" என்று பணிந்து கேட்டான். சிவன் கணியானிடம் அவன் ஆட வேண்டிய முறையை விரிவாகச் சொன்னார். "ஆட்டுக்குட்டியின் ரத்தத்தை உன் உடம்பில் பூசிக்கொள். கும்பத்தைத் தலையில் வைத்துக்கொள். முட்டெலும்பை அவித்துக் கறி வைத்துக்கொள். மூளையை மிளகில் கிண்டி வை. சுட்ட கறியை அதனுடன் சேர்த்து வை. தோண்டியிலே கள்ளை நிரப்பி வை. பச்சைக் கருவாட்டைக் கூட்டிவைப்பாய். முட்டையை அவித்து வை. ஆட்டுக் குட்டியின் ரத்தத்தைப் பொட்டாக வைத்துக்கொள். கோழித் தலையையும் ஈரலையும் தீயில் சுட்டு முன்னே வை. இத்தனையும் படைத்துவிட்டு,

தித்திமி தித்திதிமி திமி எனவே
செம்பமுடன் ஆடிவாடா
மத்தளமும் மகுடமதைக் கொட்டியாடடா
வன்னமுள்ள பேய் முகத்தைக் கொட்டியாடடா
அச்சமில்லா சுடலைமாடன் கண்டு மகிழ
அடவு முறையாக நின்று ஆடு கணியான்
கல்லரி மகுடமொரு கனக மத்தளம்
தத்தளாங்கு தித்தியென வைத்து ஆடடா

என்று கூறினார்.

இப்படியாகக் கணியான் பிறந்த வரலாற்றையும் அவன் ஆடும் முறையைச் சிவன் கற்பித்ததையும் சுடலைமாடன் ஏடு கூறுகிறது. இந்த ஏட்டின்படி கணியானுக்குத் 'தெய்வக் கணியான்' என்னும் அடைமொழி ஆறுமுறைக்கு மேல் வருகிறது. அதோடு கணியானுக்கு ஆட்டத்தைச் சிவனும் மகுடம் அடிக்கும் முறையை நந்தியும் கற்பித்ததாக ஏடு கூறுகிறது.

3. கணியான் தோற்றக் கதை
(வாய்மொழி மரபின்படி)

ஒரு காலத்தில் சிவனுக்கும் பிரம்மாவிற்கும் ஐந்து தலைகள் இருந்தன. சிவன், தனக்கும் பிரம்மாவிற்கும் ஐந்து தலைகள் இருப்பது குழப்பத்தைத் தரும்; அதனால் பிரம்மாவின் ஒரு தலையைக் கொய்துவிடலாம் என்று யோசித்தான். யோசனையைச் செயல்படுத்திவிட்டான். பிரம்மாவின் தலையைச் சிவன் கொய்ததுமே அத்தலை சிவனின் வலதுகையில் ஒட்டிக்கொண்டது.

பிரம்மா பிராமண அம்சமுடையவர். அதனால் பிரம்மாவின் ஒரு தலையைக் கொய்த சிவனுக்குப் பிரம்மஹத்தி தோஷம் பிடித்தது. மேலும் சிவன் பித்தம் பிடித்தவனாகவும் ஆனான். சிவனின் கையில் ஒட்டிக் கொண்டிருந்த தலை, "எனக்கு ரத்தம் வேண்டும். அது கிடைத்தால்தான் சிவனின் பித்தத்தை நிவர்த்திப்பேன்" என்றது. உடனே தேவர்கள் பல்வேறு உயிரினங்களைக் கொன்று பச்சை ரத்தத்தைப் பிரம்மனின் கபாலத்தில் ஊற்றினார்கள். ஆனாலும் சிவனுக்குப் பித்தம் தணிய வில்லை. அரன் எப்போதும் ஆடிக்கொண்டே இருந்தான். அவன் ஆடியதால் அண்டமே ஆடியது. பிரம்மனும் ஆடினான்; பராசக்தியும் ஆடினாள். அப்போது சக்தியின் சிலம்பு வெடித்து இரண்டு பரல்கள் தெறித்தன. அவை உடனே இரண்டு குழந்தைகளாயின. அந்தக் குழந்தை களைச் சப்தரிஷிகள் வளர்த்தனர்.

சிவனின் ஆட்டம் நிற்கவில்லை. பராசக்தி அவரது பித்தத்தைக் குணமாக்க வேண்டி அண்ணன் கிருஷ்ண னிடம் கேட்டாள். அவரோ, "இந்தப் பித்தம் தீர இவரது கையில் ஒட்டிக்கொண்டிருக்கும் கபாலத்தில் ரத்தத்தை நிரம்பி வழியும்படி ஊற்ற வேண்டும். இந்தக் காரியத்தைச்

செய்யும் தகுதி உன் கால் சலங்கையில் பிறந்த இரண்டு ஆண் மக்களுக்குத்தான் உண்டு. அவர்கள் சப்தரிஷிகளின் வீட்டில் வளருகின்றனர். அவர்களை அழைத்துவா" என்றார். பராசக்தி விஷ்ணுவிடம், "நீயே அந்தப் பொறுப்பை ஏற்றுக்கொள்" என்றாள்.

விஷ்ணு சப்தரிஷிகளிடமிருந்து இரண்டு குழந்தைகளையும் சுடலைக்கு அழைத்துவந்தார். அந்தக் குழந்தைகளோ விஷ்ணு விடம், "நாங்கள் பிராமண ரிஷிகளுக்குப் பிள்ளைகளாக வளர்ந் தோம். எங்களை இங்கே கொண்டுவந்துவிட்டீர்களே. இனி எப்படி வாழ்வோம்?" என்று கேட்டார்கள். விஷ்ணுவோ, "சிவன் பித்தம் தெளிந்து சுயநினைவு அடைய வேண்டும். அது உங்கள் கையில்தான் இருக்கிறது. உங்களில் யார் அதைச் செய்யப்போகிறீர்கள்?" என்று கேட்டார்.

பாலகரில் ஒருவன் முன்னே வந்தான். அவனைப் பார்த்த எம்பெருமான், "நீ இன்று முதல் கணியான் எனப்படுவாய். நீ சிவன் முன்னே நின்று ஆடு" என்றான். உடனே கணியான் பேய் முகத்தைக் கட்டிக்கொண்டு ஆடினான். தன் முழங் கையை வெட்டினான். அதில் வழிந்த ரத்தத்தைச் சிவனின் கையிலிருந்த கபாலத்தில் விட்டான். அது நிரம்பி வழியும் வரை குருதியை விட்டான். கபாலம் நிரம்பிக் குருதி வழிய ஆரம்பித்ததும் சிவனின் பித்தம் தெளிந்தது. பாலகனின் தோஷமும் போனது. உடனே சிவனின் தோஷமும் நீங்கியது.

தோஷம் நீங்கிய சிவன் தன் தலையிலிருந்த கிரீடத்தை மகுடமாக மாற்றிக் கணியானின் கையில் கொடுத்தான். பிரம்மனின் தலையைப் பேய் முகமாக மாற்றிக் கணியானின் கையில் கொடுத்து, "இதை உன் முகத்தில் மாட்டிக்கொண்டு மகுடத்தை அடித்தபடி ஆடு" என்றார். "கணியானே, நீ சுடலை இருக்கும் இடமெல்லாம் ஆடுவாய்" என வரமும் கொடுத்தான்.

4. அம்மன் கூத்து தொடர்பான கதை

கணியான் சாதியினரும் வேறு இனத்தவரும் ஒன்றாக வாழ்ந்த ஒரு ஊரில் காளி கோவில் இருந்தது. அதில் ஆண்டுதோறும் நரபலி கொடுக்க வேண்டும் என்னும் நடைமுறை உண்டு. நரபலிக்குரிய சிறுவனையும் படையல் பொருட்களையும் கோவிலுக்கு அனுப்ப வேண்டிய பொறுப்பு ஊர்க்காரர்களுக்கு. அவர்கள் தங்களுக்குள் முறை வகுத்துக்கொண்டு ஒவ்வொரு குடும்பத்திலிருந்தும் கன்னி கழியாத சிறுவனைப் பலியாக அனுப்பிக்கொண்டிருந்தனர். சிறுவனுடன் அனுப்ப வேண்டிய சீர்வரிசையை ஊர்ப் பொதுப்பணத் திலிருந்து வாங்கினர்.

பலிக்குரிய சிறுவனையும் சீர்வரிசைப் பொருட் களையும் கோவிலினுள் அனுப்பிவிட்டு முன்கதவைச் சாத்திவிடுவர். மறுநாள் கோவிலைத் திறந்து சின்னா பின்னப்பட்டுக் கிடக்கும் சிறுவனின் பிணத்தை மட்டும் எடுத்து வருவர். இது வழக்கமான முறை. ஒருமுறை கணியான் சாதிச் சிறுவனைப் பலி கொடுக்க வேண்டி வந்தது. வழக்கம்போல் கணியான் சிறுவனையும் சீர் வரிசையையும் கோவிலுக்குள் அனுப்பிவிட்டுக் கதவை அடைத்தனர்.

பலியாக அனுப்பப்பட்ட கணியான் சிறுவன் தைரிய சாலி. அவன் கோவிலுக்குள் சென்றதும் அதன் வளாகத் தில் நின்ற வேப்பமரத்தில் ஏறி அதன் குழையைப் பறித்துத் தன் இடையில் கட்டிக்கொண்டான். கோவில் மடப்பள்ளியில் கிடந்த சாம்பலை உடலில் பூசிக் கொண்டான். காளி இருந்த அறைக்கு முன்னே நின்று ஆடினான்.

இதை எல்லாம் பார்த்துக்கொண்டிருந்த காளி அவனருகே வந்தாள். அவன் தைரியமாக ஆடுவதைக் கண்டு அவனை அணைத்துக்கொண்டாள். அடுத்த நாள் ஊர் மக்கள் கோவிலைத் திறந்தனர். சிறுவன் உயிரோடு இருப்பதைப் பார்த்தனர். இதன் பிறகு அந்த ஊர்க் கோவிலில் நரபலி கொடுக்க வேண்டாம் எனக் காளியே சொல்லிவிட்டாள். இந்த நிகழ்ச்சி தொடர்பானது அம்மன் கூத்து.

5. கணியான் சாதி தொடர்பான பொம்மியம்மன் கதை

திருநெல்வேலி மாவட்டம் நாங்குநேரி வட்டம் பாணாங்குளம் என்னும் ஊரில் கணியான் சாதியினர் வாழ்ந்து வந்தனர். அவர்களில் மூத்த கணியான் ஒருவன் இருந்தான். சுடலைமுத்து என்னும் அந்த அண்ணாவி யின் மனைவி பிச்சையம்மா. அவர்களுக்கு முத்துசாமி, ஈனமுத்து, முப்பிடாதி, நல்லகண்ணு, இராமசாமி என ஐந்து ஆண் மக்களும் ஒரு பெண்ணும் இருந்தனர்.

இவர்கள் ஐவரும் தந்தை சொல் தவறாதவர்கள். பரம்பரையாய் வந்த மகுடாட்டக் கலையைத் தந்தை யிடம் முறையாகப் படித்துச் சுடலை, காளி கோவில் களில் பாடி, ஆடிவந்தனர். இவர்களின் ஆட்டத்தை எல்லோரும் புகழ்ந்தார்கள். இதைக் கேட்ட சுடலை முத்து மக்களால் பெற்ற பேரை நினைத்து சந்தோஷப் பட்டான்.

சுடலைமுத்துவின் மக்களில் மூன்றாம் மகனாகிய முப்பிடாதி ஆண் மக்களில் அழகானவன். அவன் பெண் வேடமிட்டு ஆடினால் ஆண்கள் அவன் பின்னே செல்லு வார்கள். அவனது சிவந்த மேனியும் செந்தூரப் பொட் டழகும் இளம் பெண்களை மயக்கின. ஐந்தாம் மகன் இராமசாமியோ சிறுவயதில் அண்ணாவி ஆகிவிட்டான். இவன் புராணங்களை நன்கு அறிந்தவன். மற்ற மக்கள் மூவரில் ஒருவன் பின்பாட்டுப் பாடுவான்; இருவர் மகுடம் அடிப்பார்கள். ஐவரும் ஒரு குழுவாக நிகழ்ச்சி நடத்தப் போவார்கள்.

இப்படி இருந்தபோது இராமசாமி குழுவினர் பூலம் என்னும் ஊருக்குப் போய் நிகழ்ச்சி நடத்தி

னார்கள். கொண்டையன் கோட்டு மறவர்களின் ஆளுமைக்கு உட்பட்ட அந்த ஊர் நீர் வளமும் நில வளமும் உடையது. பூலம் ஊர் மறவர்களின் குலதெய்வமான அல்லல்காத்த சாஸ்தாவின் கோவில், நாயக்கன்பட்டி என்னும் ஊரில் இருந்தது. ஒருமுறை பங்குனி உத்திரம் பௌர்ணமி அன்று சாஸ்தாவை வழிபடப் பூலம் மறவர்கள் நாயக்கன்பட்டிக்குச் சென்றார்கள். அங்கே கூடாரம் அடித்துத் தங்கிப் பொங்கிப் பொரித்துச் சாப்பிட்டார்கள்.

மறவர்கள் கோவில் வெளியில் சாப்பிட்டுக்கொண்டிருந்த போது, அந்த ஊரைச் சேர்ந்த நாயக்கர்கள் தற்செயலாக அங்கே வந்தார்கள். கொண்டையன் கோட்டு மறவர்கள் அவர்களைச் சாப்பிடும்படி வற்புறுத்தினார்கள். நாயக்கர்களும் மறுக்காமல் சாப்பிட்டார்கள். நாயக்கர்களும் மறவர்களும் நண்பர்களாயினர்.

சாப்பாடு முடிந்த பின்பு நாயக்கர்கள் மறவர்களிடம், “இந்த ஊரில் எங்கள் சாதிக்குச் சொந்தமான மாரியம்மன் கோவில் இருக்கிறது. அது பாழடைந்துள்ளது. அதைச் சரி பார்த்துக் கொடை நடத்தலாம் என்று நாள் பார்த்துவிட்டோம். அது இந்த மாதக் கடைசிச் செவ்வாய்க்கிழமையில் வருகிறது. கோவில் கொடைவிழாவில் கணியான் ஆட்டம் நடத்த விரும்புகிறோம். உங்கள் ஊரில் நல்ல மகுடாட்டக்காரர்கள் இருக்கிறார்களா?” என்று கேட்டனர். பூலம் மறவர்கள், “எங்களுக்குத் தெரிந்த கணியான்கள் இருக்கின்றனர். அவர்கள் ஒரே குடும்பத்தைச் சேர்ந்தவர்கள். அவர்களை நாங்கள் அனுப்பி வைக்கிறோம்” என்றார்கள். பின்னர் பங்குனி உத்திரவிழா முடிந்ததும் மறவர்கள் தங்கள் இடத்துக்குப் போனார்கள்.

நாயக்கன்பட்டி ஊர்க்கோவில் தாளாளராகக் கவுண்ட நாயக்கன் என்பவர் இருந்தார். அவருக்கு ஏழு ஆண் மக்களும் ஒரு பெண் மகளும் இருந்தனர். அந்தப் பெண்ணின் பெயர் பொம்மி. ஏழு அண்ணன்மார்களுக்கு இளையவளான பொம்மி அந்த ஊரிலேயே அழகானவள். தீரமிக்க அண்ணன்மார்களோ தங்கையிடம் மிகுந்த அன்புடையவர்கள்.

கவுண்ட நாயக்கன் தன் ஊரில் உள்ள மாரியம்மன் கோவில் விழாவிற்கு ஏற்பாடுகளைச் செய்தார். பூலம் மறவர்களின் உதவியுடன் பாணாங்குளம் சென்று சுடலைமுத்துவைப் பார்த்துத் தங்கள் ஊரில் மாரியம்மனுக்குக் கூத்து நடத்த வேண்டும் எனக் கேட்டு முன்பணம் கொடுத்தனர் நாயக்கர்கள். சுடலைமுத்துவின் மக்களும் புதிய ஊரில் பாடப்போவதை நினைத்துச் சந்தோஷப்பட்டார்கள். குறித்த நேரத்தில் வருவதாகவும் வாக்களித்தனர்.

பாணாங்குளம் கணியான்கள் காலையிலே எழுந்து கட்டுச் சோறு எடுத்துக்கொண்டு புறப்பட்டனர். பாணாங்குளம் கடந்து ஆயநேரி, மூன்றடைப்பு, செங்குளம் எனக் கடந்து தருவை ஊர் வந்தார்கள். அங்கே சுடலைமுத்துவின் மகள் வாழ்க்கைப் பட்டிருந்தாள். அத்தான் வேலாயுதத்தையும் தங்களுடன் வருமாறு முப்பிடாதி அழைத்தான். அவரும் அதற்கிசைந்து அவர்களுடன் சென்றார். எல்லோருமாக முன்னீர்ப்பள்ளம் கடந்து தச்சநல்லூர் அம்மன் கோவிலுக்கு வந்து வணங்கினர். பின் கயத்தாறு வந்து இளைப்பாறினர். அன்று மாலையே நாயக்கன்பட்டியை அடைந்தார்கள்.

நாயக்கன்பட்டியில் கணியான் குழுவினர் தங்குவதற்குக் கவுண்ட நாயக்கனின் வீட்டில் வசதிசெய்து கொடுத்தனர் கோவில் டிரஸ்டிகள். அந்த வீட்டில்தான் பொம்மியும் இருந்தாள். அவள் தற்செயலாக முப்பிடாதியைப் பார்த்தாள். அவனது வசீகரமும் நீண்ட முடியும் நடையும் மிடுக்கும் அவளைக் கவர்ந்தன. அவன்தான் பெண் வேஷம் கட்டப்போகிறான் என்றும் அவள் அறிந்தாள். அடுத்த நாள் கோவிலுக்கு ஆட்டம் பார்க்கப் போனாள் பொம்மி. முப்பிடாதியின் ஆட்டமும் வேடமும் அவளைக் கவர்ந்தன.

முப்பிடாதி ஆடிக்கொண்டிருந்தபோதே பொம்மி தன் ஆசையைக் கண்களால் தெரிவித்தாள். அவனும் பதிலுக்குச் சைகைசெய்தான். அவள் ஒருத்திக்காகவே ஆடுவதாக நினைத்து அவன் ஆடினான். ஆட்டம் முடிந்து வீட்டிற்கு வந்தான் முப்பிடாதி. பொம்மியைத் தனியாகச் சந்தித்துத் தன் விருப்பத்தையும் தெரிவித்தான். பொம்மியும் அவனை மறக்க மாட்டேன் எனச் சத்தியம் செய்தாள்.

கணியான் ஆட்டக் குழுவினர் நிகழ்ச்சி முடிந்து ஊருக்குத் திரும்பினர். அவர்கள் நாயக்கன்பட்டியைக் கடந்து காட்டு வழி நடந்தபோது முப்பிடாதி, “நீங்கள் முன்னால் செல்லுங்கள். நான் பின்னால் வருகிறேன்” என்றான். அவர்களும் அவனை விட்டுவிட்டு வேகமாய்ச் சென்றனர். முப்பிடாதி வேகமாய் நடந்து பாழ் மண்டபம் ஒன்றிற்கு வந்தான். பொம்மியும் அவனிடம் முந்தை நாள் சொல்லியிருந்தபடி அங்கே காத்திருந் தாள்.

பொம்மியும் முப்பிடாதியும் அந்த மண்டபத்தில் அமர்ந்து பேசினார்கள்; சல்லாபித்தார்கள். அவர்கள் நேரம் சந்தோஷ மாகக் கழிந்தது. முப்பிடாதி தொடர்ந்து வரவில்லை என்பதைக் கவனித்த இராமசாமி கணியான் தன் அத்தான் வேலாயுதத் திடம், “நீ போய் அவனைத் தேடிவா. நாங்கள் இங்கே காவல்

இருக்கிறோம்" என்றான். வேலாயுதமும் காட்டுவழி முப்பிடாதி யைத் தேடிப் போனார்.

பொம்மியும் முப்பிடாதியும் சல்லாபித்துக்கொண்டிருந்த பாழ்மண்டபத்திற்கு வேலாயுதம் போனான். அவர்களைப் பார்த்துத் திடுக்கிட்ட வேலாயுதம், "மைத்துனரே இது தகாது. இவள் நாயக்கர் சாதிப் பெண். நாம் பிழைப்புக்காக அலைந்து ஊரூராய்ச் சுற்றும் கணியான்கள். இவளை விட்டுவிட்டு வா" என்றார். முப்பிடாதி பதில் பேசவில்லை. பொம்மி அவரிடம், "நானும் உங்களுடன் வருகிறேன். இவர் இல்லை என்றால் எனக்கு வாழ்க்கை இல்லை" என்றாள்.

வேலாயுதம் பொம்மியிடம், "அம்மா நாங்கள் உன்னைவிடத் தாழ்ந்த சாதிக்காரர்கள். உன்னை எங்களுடன் அழைத்துச் சென்றால் உன் சாதிக்காரர்கள் எங்களை அழித்துவிடு வார்கள். பூலான் ஊர்க் கொண்டையன் கோட்டு மறவர் களும் எங்களைச் சும்மாவிடுவார்களா? நீ போய்விடு. எங்களை அழித்துவிடாதே" என்றார். பிறகு முப்பிடாதியை விடாப் பிடியாக இழுத்துக்கொண்டு போய்விட்டார்.

பொம்மி தனியே இருந்து அழுதாள். "இனிமேல் நான் என்ன செய்வேன்? எப்படித் திரும்பிப் போவேன்? என் சாதியினர் சும்மாவிடுவார்களா?" என்றெல்லாம் சொல்லிப் புலம்பினாள். தன் தாவணியை மரத்தில் கட்டித் தூக்குப் போட்டுக்கொண்டாள்.

அடுத்த நாள் பாணாங்குளம் கணியான் சாதித் தெருவில் பொம்மி பேயாக வந்தாள். அழுதபடி சுடலைமுத்துவின் வீட்டின் முன்னால் நின்றாள். வேப்பமரத்தில் ஏறி அமர்ந்து கொண்டு அழுதாள். தன் பேய்த் தோற்றத்தைக் காட்டி முதலில் பயமுறுத்தினாள். ஒரு நாள் இரவில் சுடலைமுத்துவின் குடும்பத் தையே கொன்றுவிட்டாள். அடுத்த நாள் கணியான் சாதியினர் பொம்மிக்குப் பூடம்போட்டு வழிபாடு செய்வதாக வேண்டிக் கொண்டனர். இதன் பிறகு பொம்மி கணியான் சாதித் தெய்வ மாகிவிட்டாள்.

➤➤

6. கணியான் சாதிக் குழூஉச் சொற்கள்

அதுவா	–	நாய்
அதுவா களவாச்சி	–	நையாண்டி மேளம்
அந்த ரெட்டு	–	தேங்காய்
அளவாச்சி	–	மகுடம்
அரிமணம்	–	கர்ப்பிணிக்குக் கொடுக்கும் பட்சணம்
அலுக்கு எனப்பு	–	ஊமை
அனுஷம்	–	கள்
ஆடுதலை	–	வெற்றிலை பாக்கு
ஆள்பணி	–	தேவர்
இணைப்பு	–	போகக் கூடாது
இடபம்	–	இரண்டு (2)
இடபம கரம்	–	இருபது (20)
இருதி	–	இரவு
இளம்பர்	–	மூடி
இளப்பு	–	போதும்
இனிப்பர்	–	பழம் / காப்பி / பாயசம்
இனிப்பாரு	–	சுண்ணாம்பு
உம்மாடி சாண்டலும்	–	விலக்குதல்
உரம்பர்	–	பால் / யாதவர் / எண்ணெய்
உலந்து	–	வில்
உறுவிலி தாண்டலும்	–	உறங்குதல்
ஊத்துராவு	–	வில்லுப்பாட்டுக்காரர்

எனப்பு	–	வேண்டாம்
எளராவு	–	முஸ்லிம்
கச்சராவு	–	நாயக்கர்
கடிப்பான்	–	சிரிப்பு
கடிப்பர் தாண்டக் கூடாது	–	சிரிக்கக் கூடாது
கடிப்பர்	–	கல்
கண்டலகை நாத்தி	–	விதவை
கணியான் வளைவு	–	கணியான் குடியிருப்பு
களவர்	–	அரிசி
கருக்குறி	–	வயிறு
கவரி	–	கணியான்
கற்கடகம்	–	நான்கு (4)
கனிவு	–	பழம்
காடிராவு	–	பிராமணர்
சிறிப்பர்	–	கறி
சீமாடி குழுந்த	–	கிழக்கு
எங்குலியம்	–	கைவெட்டு
குந்தினி	–	பிழைத்துக்கொள்; இல்லை மெதுவா; சிறுகுழந்தை; சிறுநாக்கு
குந்தினிகுந்த	–	ஏழை வீடு
குந்தினிராவு	–	இடைமட்டக்குழு
குழுந்த	–	திசை; தெரு; வீடு
கூழ்	–	ஆண்
கூர்ம்பி	–	நாவிதன்
கொலு வட்டம்	–	நெல்
கைநாத்தி	–	பெண்
கைநாத்தி விருவாரு	–	அம்மன் கோவில்
கைநாத்தி மேதில்	–	புடவை
கோடுமல் சாண்டு வாங்க	–	அடிச்சிருவாங்க
தோமல் செப்பம்	–	சண்டைபோடுதல்
தோவந்தம்	–	தீப்பெட்டி; பீடிகுடித்தல்
சங்கடராவு	–	பறையர்
சக்கர பொக்கர ராவு	–	குளுவன்

சப்பானருந்த	–	பெரிய வீடு
சமிழி உரம்பர்	–	செட்டியார்
சலு வெளுத்தான்	–	தங்கம்
சவாக்கி	–	மகுடம்
சாண்டனும்	–	ஆடுதல்
சாண்டு	–	கொடுத்தல்
சாண்டுங்கள்	–	கொல்லுதல்
சிங்க இடபம்	–	ஏழு (7)
சிங்க கற்கடகம்	–	ஒன்பது (9)
சிங்க மிதுதனம்	–	எட்டு (8)
சிங்க மேடம்	–	ஆறு (6)
சுக்குராந்தி	–	சாராயம்
சுட்டியாணம்	–	பகல்
சுளுசுறுத்தல்	–	பசித்தல்
சூநாடு பிருவாடு	–	சுடலை கோவில்
செப்பம்	–	பெரிது
செப்பான்ராவு	–	வசதியானவன்
செப்பமான மினுங்குவாள்	–	ஆயிரம் பணம்
செவதீலம்	–	ரத்தம்
தணிவார்	–	கண்ணீர்
தளவான கைநாத்தி	–	முதிய பெண்
தளவான ராவு	–	முதிய ஆண்
தாளன்	–	பள்ளர்
திருடராவு	–	கம்பர்; பண்டாரம்,
தென்மாடி குழுந்த	–	தெற்குத் திசை
தென்மாடி	–	தெற்கு
நடம்பர்	–	வேகமாய்
நடத்துவான்	–	வயிறு
நரிமூலன்	–	வண்ணான்
படப்பெட்டி	–	பேருந்து; ரயில்
படுதலை	–	தொழில்; கலை நிகழ்த்தல்
படுதலை உம்மாடி தாண்டு	–	தொழில் முடிந்த பின்பு
பரத்தர்	–	பெட்டி

பிருவாடு	–	கோவில்
பும்மாடி	–	வேறு இடம்
புலவாட்டு ராவு	–	சாமியாடி
புருவாட்டில்	–	கோவில்
பூதில்	–	இட்லி; தோசை
பொலிவார்	–	ஓலை; செருப்பு
பொழிவார்	–	பகடை
பொன்னோக்கியம்	–	மாடு
பொன்னக்கம்	–	மாட்டுக்கறி
மகரம்	–	பத்து (10)
மண்புகாண்டாக கைநாத்தி	–	கன்னிப்பெண்
மணப்பு காண்டுன கைநாத்தி	–	சுமங்கலி
மப்பர்	–	குயவர்
மப்படு	–	வேளாளர்
மம்மர்	–	மண்
மிதுனம்	–	மூணு (3)
மின்வெட்டி	–	நாடார்
மினுங்குவான்	–	தங்கம், பணம்
முணுமுணுப்பு	–	கிறிஸ்தவர்
மேடம்	–	ஒன்று (1)
மேதில்	–	வேட்டி
மேமாடி குழிந்த	–	மேற்கு
யானைக் கம்புளி	–	பன்றி
ராவு	–	கோவில்; கோவில் கமிட்டி
ராவ்	–	ஆண்
வடமாடி குழுந்த	–	வடக்கு
வலுதலை	–	இறைச்சி; கிடா
வலுவான்	–	அரிவாள்
வழுதலை	–	சூடு
வாரணம்	–	கோழி
வான்	–	மார்பு
விதி	–	பெண்

விளிம்பு	–	சோறு
விளிம்பே தென்க்க பில்லை	–	சாப்பிடவில்லை
விழும்பர்	–	வேளாளர்
வீசுவான்	–	கை
வெசங்கு	–	மீன்
வெளண்டு போச்சு	–	இறந்து போச்சு

கணியான் ஆட்டம் தொடர்பான சொற்கள்

அண்ணாவி	–	தலைமைப் பாடகர்
அம்மன் கூத்து	–	அம்மன் கோவில் விழாவில் கணியான் ஆடும் கூத்து
அணைக் கோழி	–	கோழியைப் புதைத்தல்
அரண உதயம்	–	சூரிய உதயம்
காணியாட்சி	–	பரம்பரையாய்க் கணியான் ஆட்டம் நிகழும் இடம். அதற்கு உரிமையுள்ள கோவில்.
காப்புக் கட்டுதல்	–	கோவில் விழாவில் கணியான் சாதியினரான கைவெட்டுக்காரர் மஞ்சள் நூலைக் கையில் கட்டுதல்
கைதி	–	மகுட ஒலி
செட்	–	மகுடாட்டக் குழு
திரளை	–	இரத்தம் கலந்த சோறு
திரளை கொடுத்தல்	–	சுடுகாட்டில் பேய்களுக்கு உணவு ஊட்டல்;
திரளை வீசுதல்	–	கணியான் சாதியைச் சார்ந்தவர் சுடுகாட்டில் செய்யும் சடங்கு
தெய்வக் கணியான்	–	கணியான் சாதி ஆண்
பேயாட்டம்	–	கோவில் விழாவில் கணியான் ஆட்ட நிகழ்ச்சியில், கணியான் ஆட்டக்காரர் பேய் முகமூடி அணிந்து ஆடுதல்
மகுடம் காய்ச்சுதல்	–	மகுடத்தைத் தீயில் காட்டி வாட்டுதல்.

7. தல்லுகவி

(தமிழ்)

அடி எடுத்து சுவடு வைத்து
ஆசாரமாய்க் கும்பிட்டுத்
தடி எடுத்து விஷமம்செய்யத்
தயங்குவதேன்
எதிர்த்து முன்னே வாடா
விளையாடத் தவறுதல் செய்தால்
விடுவேனோடா
எட்டி நின்று தடைகட்டடா தம்பி
ஏடாகூடமாய் நீட்டாதேயடா தம்பி
ஓட்டுப் போச்சுதேடா ஓட்டக் காண் கும்பி
ஓவியமாய் என் வார்த்தை நம்பி
கட்டுமுட்டா தடைகட்டடா வெம்பி
கண்ணீர் படித்தால் கலந்து பறக்கும் தும்பி
ஒட்டு வார்த்தை நடக்குமேடா ஊர்க் குருவி
கருடனைப் போல் வட்டமிட்டுப் பறந்தாலும்
வணக்கமுள்ளவனே தேயனாமா சொல்லலாமா
வானமுட்டப் பறந்துபோமா
முக்காலில் காகம் முழுகி வந்தாலும்
மூண்ட கறுப்பு நிறம் மாறிப்போமோ
கொக்கை அன்னம்போல் பாவித்தலாமா
கோழி குதித்தாலும் கோகிலமாமா
வக்காணம் பேசிவந்தாயே மணமாலை
வானரத்தின் கையீந்தால் பலப்படுமா?

8. தல்லுகவி
(மலையாளம்)

அஞ்சு பூதங்கள் அறியாமோ – அறியாம்
ஆத்தியமாய் ஒன்று கேட்கட்டே – மண்ணு
மண்ணு சிருஷ்டித்ததாரு – வெள்ளம்
வெள்ளத்தின் உற்பவத்தானம் – அக்னி
அக்கினியை சிருஷ்டித்ததாரு – வாயு
வாயு ஓடுன்ன திக்கேது – ககனம்
வாயுன ரூபம் உண்டோ – இல்லா
வர்ணிச்சுச் சொல்லுவார்
நீ ஒண்ணும் படிச்சிட்டில்லா
பஞ்சேந்திரியங்கள் பறையாமோ – பறையாம்
பாவிப்பதன் உதவியாரே – நாக்கு
நாக்கினு ரசம் சேர்ப்பதாரு – மூக்கு
மூக்கினு உணர்த்தினதாரு – கண்ணு
கண்ணு ரெண்டில்லாது உண்டோ – இல்லா
கஷ்டம் நினக்கு அறிவும் தெளிஞ்சிட்டில்லா
கண்ணில்லாத்தவன் யாரு சகாயம் – தொக்கு
தொக்குனு துணை நிற்பதாரு – காது
காது கேட்காதவரும் உண்டோ – இல்லா.

9. போட்டி வேதக் கதைப்பாடல்

தாவீது கதை

கையிலே கவண் ஒன்றிருக்கு – கவண்
வீசி எறிந்திடக் கல் இருக்கு நெஞ்சில்
நல்ல திடமிருக்கு நேர்மையாம் திடத்திற்குத்
துணையிருக்கு நீதிக்கும் தேவன் துணையிருக்கு
அந்த நீசனைக் கொன்றிடப் பலமிருக்கு
கல்லுக்கும்கூட உயிரிருக்கும் எறிபட்டால்
தலை கிறுகிறுக்கும்.

படைப்புக் கதை

பூமியில் விழுந்த பாம்பு ஓடியே பெற்ற
தாயாரைத் தேடியே பயமுறுத்தி நிற்க
அவள் நாடியே தேவதுதி படிக்கவே
அவளுக்கே கழுகின் சிறகைப் போல் ஆகா
சத்தில் பறந்தோடிடவே அருளால்
ரெண்டின னாகத் தானீந்தார் அதிசயமது
கண்டாயோ கேட்டயோ
ஆயினும் விடாமல் பாம்பு வாயினால்
ஜலத்தைக் கொட்டி ஆறுபோல் ஓடிப்
போவதைப் பாரடா –
நீ குடிக்கத் தாடா.

10. தாருகா வதைப் பாடல்

கணபதி

இடர்தீர்த்து அருள்க ஓகமாயிருப் போனே
மடையோர்கள் சொல் மடந்த நாதா
நல்கும் அரன் திருமகளே
இடர் ஓடும் மத்தகரி முகவா
மாயவன் தன் திருமகனே மகா கணபதே
விபனங்கள் தீர்த்து பொல்தாரில் மேலிள
வட்டிவயறனமரும் திருக்கோயில் வாழ்க வந்தேன்
கீற்றுப் பிறசூடும் கேவலம் ஆள திருமுகவர்
எற்றம் வலிய எகிலுள்ள பாம்புகொண்டு
உத்திரியம் போற்றிக் கணபதி
பொன்மலர் பாதம் வணங்கினோமே
பொளோகம் செய்யும் புரிஜயோள் திருநன் மகனே
ஆனமுகவன் அமரும் திருக்கோவில் வாழ்க
வந்தேன்.

காளி

சரணம் நான் சங்கரி முராரி
வாணி சசிதேவி சாம்பவி
சார்ங்க தாரிகா சுரன்
சிரசரிந்த கன்னிகாள்
காரணர்க்கே நாயகியாய் பிறந்த மூர்த்தி
ஒருவராலும் திருக்கருத்த லோகநாதே
ஓங்கார சக்தியாய் நிந்த மூர்த்தே
திரிபுவளம் விளங்கி நின்ன மகேஸ்வரி தேவிநின்
ஸ்ரீபாதம் சரணமெற்று பணிந்திருந்தேன்
பொரெதிர்ந்து அறுத்தாள் வாணர்குலம்
வேரறுத்து பொடி பொடித்தாள்
போர்க்கலையும் சிம்மமதில் முதுகிலேறி

காணந்து சும்பனொடு நிசும்பன் தன்றே
கரலறுத்து நிணமணியும் பரமசக்தி
வானமொடு வாள்வில்லோ சங்கு சக்கரம்
வாள் குடைய தியானமோ மணி மந்திரம் ஓதான்
ஆர்மாதே நின் அரூபம் பரிஜமிப்பதோரு மயனோ
மாலோ சில்பந்தான் சமைந்தாளோ காமதேவன்
பாராளும் குலதெய்வம் வானோர் துர்க்கை தேவன்
கொடியே!

11. தாருகன் கதை

தாருகன் அசுர குலத்தில் பிறந்தவன். சிவனை நோக்கிப் பல ஆண்டுகள் தவமிருந்து பெரும் வரங்கள் பெற்றவன். அதனால் தேவாதி தேவர்களையும் மும்மூர்த்திகளையும் மதிக்காமல் நடந்தான். தான் பெற்ற வரங்களின் பலத்தால் அவர்களைக் கொடுமைப்படுத்தினான். இதனால் தேவர்களும் பிரம்மாவும் விஷ்ணுவும் சிவனைப் பணிந்து தாருகனின் கொடுமைகள் பற்றிச் சொன்னார்கள்.

சிவன் தேவர்களின் வேண்டுகோளைக் கேட்டதும் சினந்து சிரித்தார். அவரது வலப்புற விலாவிலிருந்து வியர்வை பெருகியது. அதை வழித்து அவர் அந்தரத்தில் தெளித்தார். வியர்வை 64 துளிகளாக வானில் கலந்தது. உடனே 64 யோகினிகள் தோன்றினார்கள். சிவன் அவர்களுக்கு வரம் அருளினார். அவர்களால் தாருகனைக் கொல்ல முடியாது என்று சிவனுக்குத் தெரிந்தது.

மறுபடியும் சிவன் தன் வலப்புற விலாப் பகுதியைக் கையால் தேய்த்தார். வியர்வை பெருகியது; அதை உருட்டி நெற்றிக்கண்ணில் வைத்தார். பின் சக்தி வடிவைத் தியானித்து வியர்வை உருண்டையை வானத்தில் தூக்கி எறிந்தார். அப்போது எட்டுத் திசைகளிலும் ஒளிப்பிழம்பு தோன்றியது.

சிவன் எறிந்த ஒளிப்பிழம்பின் நடுவே சக்தி பிறந்தாள். எழுபத்திரண்டு மகாக்காளமேகக் கூட்டம் திரண்டதைப் போலவும் கோடி சூரியன்களின் ரஷ்மிகள் குவிந்ததைப் போலவும் மூங்கில் காட்டில் அக்னியைப் போலவும் அவள் பிறந்தாள்.

அண்டத்தில் பிறந்த காளி நக்னரூபியாக (நிர்வாண மாக) இருந்ததைக் கண்ட சிவன் தாருகா முனிவர்களை வென்று தான் பெற்ற யானைத்தோலையும் புலித்தோலையும் அவள் அணிந்துகொள்ளக் கொடுத்தார்.

சிவன் காளியிடம், "தாருகன் என்னும் அரக்கன் தேவர்களுக்குப் பெரும் கொடுமை செய்து வருகின்றான். நீ அவனை அழித்துப் பிரபஞ்சத்தை ரட்சிக்க வேண்டும்" எனக் கேட்டார். அவள் கண்டவர் அஞ்சும்படியான தோற்றத்தைப் பெற வரம் தந்தார். தன் வலிமையையும் சக்தியையும் அவளுக்குக் கொடுத்தார்.

அஷ்டயோக பாலகர்கள் அவளுக்குப் பலவகையான ஆயுதங்களை அளித்தார்கள்.

தாருகன் பெரிய கோட்டையையும் அதில் எந்திரப் பொறிகளையும் கொடூரமான அசுரப் படையையும் உடையவன். அவனது நாட்டில் பகைவர் நுழைய முடியாது. ரத, கஜ, துரக, பதாதி என்னும் நால்வகைப் படைகளுடன் ஆண்டு வந்தான்.

தாருகனை அழிக்கக் காளி புறப்பட்டாள். உலகத்தை நடுங்கச்செய்யும் இடியைப் போலப் பிரளயத் தீயைப் போல, ஊழிக்காற்றைப் போல அவள் புறப்பட்டுச் சென்றாள். அவளுடன் அஷ்டமாதர்களும் சப்தமாதர்களும் 64 மோகினிகளும் பூதப்படைகளும் சென்றனர். உத்திர நட்சத்திரத்தில் காளி போருக்குப் புறப்பட்டாள். அவள் "ஓம் நமோ நமசிவாய" எனக் கோஷமிட்டபடி ஆக்ரோஷமாய்ச் சென்றாள்.

காளியின் வாகனமான வேதாளம் வாயைப் பிளந்தபடி கண்டவர் அஞ்சுமாறு சென்றது. அதன் காதுகளில் யானைக் குண்டலங்கள் அசைந்துகொண்டிருந்தன. காளி தாருகனை அவனது கோட்டையில் சந்தித்தாள். காளிக்கும் தாருகனுக்கும் பெரும்போர் நடந்தது. அவன் வலிமையோ நேரமாக ஆகக் கூடிக்கொண்டே இருந்தது. காளியும் அவனை எதிர்த்து நிற்க முடியாமல் தவித்தாள். அப்போது காளியின் அம்சமான துர்க்கை காளியிடம், "தாருகனை உன்னால் அழிக்க முடியாது. அவன் அபூர்வமான மூன்று மந்திரங்களை அறிந்திருக்கிறான். அவை தாருகனின் மனைவி மனோகரிக்கு மட்டுமே தெரியும். அந்த மந்திரங்களைத் தந்திரமாக அறிந்து வந்தால் மட்டுமே தாருகனைக் கொல்ல முடியும்" என்று உணர்த்தினாள்.

காளி துர்க்கையானாள். அவள் தன் வேதாள வாகனத்தை விட்டுக் கீழே இறங்கினாள். அழகிய பெண்ணாகத் தன்னை மாற்றிக்கொண்டு தாருகனின் மனைவி மனோகரியைப் பார்க்க அந்தப்புரம் சென்றாள். அவளிடம் குழைந்து பேசி, "பெண்ணே, உன் கணவன் போர்க்களத்தில் இக்கட்டான நிலையில் இருக்கிறான். அவனைக் காப்பாற்ற உன்னால் முடியும். அவன் மூன்று மந்திரங்களை மறந்துவிட்டான். அவற்றை அறிந்துவர என்னை உன்னிடம் அனுப்பினான். மந்திரங்களைச் சொல்லு வாய் பெண்ணே" என்றாள்.

மனோகரி அந்நியமாய் வந்த அந்தப் பெண்ணிடம் மந்திரங் களைச் சொல்லத் தயங்கினாள். அழகிய பெண்ணாக வந்த துர்க்கையோ, "மனோகரி, நீ அந்த மந்திரங்களைச் சொல்ல வில்லை என்றால் தாருகன் போரில் தோற்றுவிடுவான். காலம் தாழ்த்தாதே மந்திரங்களைச் சொல்" என்றாள். துர்க்கையின் அழகும் பேச்சுச் சாதுரியமும் மனோகரியைக் கவர்ந்தன. அவள் தயக்கத்துடன் மந்திரங்களைச் சொல்லிக்கொடுத்தாள். தன் கணவனின் காதில் மட்டுமே அந்த மந்திரங்களைச் சொல்ல வேண்டும் என்னும் நிபந்தனையுடன் சொன்னாள்.

காளி மந்திரங்களை அறிந்தபின் தாருகனை நேருக்கு நேர் சந்தித்தாள். அவனுடன் கொடூரமாய்ப் போரிட்டாள். தாருகன் பிரம்மாஸ்திரத்தை விட்டான். காளி அதை வாளால் தடுத்து அழித்தாள். காளியை இனி வெல்ல முடியாது என்று தாருகனுக்குத் தெரிந்துவிட்டது. அவன் அஞ்சி ஓடினான்.

காளி தாருகனைத் தொடர்ந்தாள். இவனைச் சூழ்ச்சியால் மட்டுமே கொல்ல முடியும் என அவள் உணர்ந்தாள். ஒளி வடிவான ராணிபோல் வேடமிட்டுப் பூமாலையைத் தன் கழுத்தில் போட்டுக்கொண்டு தாருகனிடம் வந்தாள். "ஆண் மகனே, என் அழகைப் பார். நாம் இருவரும் திருமணம் செய்துகொள்ளப் பொருத்தமானவர்கள். உன் திறமையைச் சோதிக்கவே உன்னோடு போரிட்டேன்" என்றாள்.

தாருகன் காளியின் மாயவடிவ அழகில் மயங்கினான். அவள் அருகே சென்றான். காளி மந்திரங்களை மூன்றுமுறை உச்சரித்துத் தன் சூலத்தால் அவனைக் கொன்றாள். அவள் தலையை வெட்டினாள். தாருகன் இறந்ததைக் கேட்ட மனோ கரியும் நாக்கைப் பிடுங்கிக்கொண்டு உயிரைவிட்டாள். அவளது கருவிலிருந்து புறப்பட்ட சிசு சேவலாக மாறிக் காளியைக் கொல்ல வந்தது. காளி அதைக் கொன்று ரத்தம் குடித்தாள்.

காளி தாருகனைக் கொன்ற பின்பு அவனது தலையை மந்திர வாளால் வெட்டி எடுத்தாள். அந்தத் தலையுடன் கைலாயம் சென்றாள். அவளது கோர வடிவத்தையும் கோபாக் கினி வீசும் உடலையும் கண்ட தேவர்கள் அஞ்சினார்கள். சிவன் காளியின் கோரத்தைக் குறைக்க அவள் சென்ற வழியில் குழந்தையாக வடிவெடுத்துக் கிடந்தார். அழுதுகொண்டே கிடந்த அந்தப் பச்சிளம் குழந்தையைக் கண்ட காளி அதை எடுத்துப் பால் கொடுத்தாள். குழந்தை காளியின் கோர அலங்காரத்தையும் கோபாக்கினியையும் பாலுடன் உறிஞ்சி விட்டது. காளி சாந்த சொரூபினியானாள். அவளை "அம்மா" எனத் தேவர்கள் துதித்தனர்.

முத்தாரம்மன் கோவில் (1883)

நன்றி: *சாமுவேல் மேற்றீர்*

முத்தாரம்மன் கோவில் (1966)

முத்தாரம்மன் கோவில் (2006)

இசக்கியம்மன் ஓட்டுருவம்

இசக்கியம்மன் சிற்பம்

இசக்கி

இசக்கி

இசக்கிக்கு நேர்ச்சை உருவம்

அகாலமரண இசக்கி

வெள்ளைக்கார சாமி

சாஸ்தா

அருள்மிகு ஸ்ரீ வேட்டாளி அம்மன்

முத்தாரம்மன்

காலசாமி

நாட்டார் தெய்வச் சிறுகோவில்

சாஸ்தா

சைவமான இசக்கி

சுடலைமாடன்

சாஸ்தா

சுடலைமாடன் புடைப்புச் சிற்பம்

சுடலைமாடன் சிற்பம்

உதவிய நூல்கள், ஆய்வேடுகள், கட்டுரைகள், ஏடுகள்

1. அவினாசிலிங்கம், 1968, கலைக்களஞ்சியம், தொ. 6, சென்னை.
2. அனந்தசயனம், 1987, இறை வழிபாட்டில் கணியான் ஆட்டம், நாட்டுப்புறவியல் ஆய்வுக் கோவை, சிதம்பரம்.
3. ஆறுமுகப்பெருமாள் நாடார், கு. 1952, சுடலைமாடன் கதை விற்பாட்டு, மார்த்தாண்டம்.
4. இராமசாமி, மு., 1983, கணியான் கூத்தும் சாக்கையர் கூத்தும், விழிகள், மதுரை.
5. கன்னிகா விசயசிம்மன், 1990, மகுடாட்டக் கலையில் சமுதாயமும் பண்பாடும், மதுரைக் காமராசர் பல்கலைக் கழகம், பிஎச்டி ஆய்வேடு, மதுரை.
6. கோமதிநாயகம், தி.சி., 1969, தமிழ் வில்பாட்டு, தமிழ்ப் பதிப்பகம், சென்னை.
7. குணசேகரன், கே.ஏ., 1988, நீலகிரி மலையின் ஆட்டங்கள், தமிழ்ப் பல்கலைக்கழகம்,
8. சண்முகம் பிள்ளை, தஞ்சை மு., 1980, சிற்றிலக்கிய வகைகள், பாரி நிலையம், சென்னை.
9. ஆறுமுகம், சுப்பு, 1969, காந்தி வந்தார் (வில்லுப்பாட்டு), கலைவாணர் பதிப்பகம், சென்னை.
10. ஜெயலட்சுமி, நா., 1988, திருநெல்வேலி கட்டபொம்மன் மாவட்டத்தில் கணியான் கூத்துக் கலையும் – கூத்துக் கலைஞர்களும், மதுரைக் காமராசர் பல்கலைக்கழக எம்ஃபில். ஆய்வேடு, மதுரை.

11. சேது ரகுநாதன், 1970, முக்கூடல்பள்ளு, சைவசித்தாந்த நூற்பதிப்புக் கழகம், திருநெல்வேலி.

12. சோமலெ, 1965, திருநெல்வேலி மாவட்டம், பாரி நிலையம், சென்னை.

13. பரமேஸ்வர அய்யர், எஸ். (உள்ளூர்), 1953, கேரள சாகித்ய சரித்திரம் தொ. 1 (மலையாளம்), திருவிதாங்கூர்ப் பல்கலைக் கழகம், திருவனந்தபுரம்,

14. பாலசுப்பிரமணியம், 1986, கணியான் கூத்து, சந்தியா வெளியீடு, பாளையங்கோட்டை.

15. பெருமாள், ஏ.என்., 1980, தமிழக நாட்டுப்புறக் கலைகள், உலகத் தமிழாராய்ச்சி நிறுவனம், சென்னை.

16. பெருமாள், அ.கா., 1980, கணியான் ஆட்டம், *யாத்ரா* மும்மாத இதழ், ராஜபாளையம்.

17. பெருமாள், அ.கா., தெய்வங்கள் முளைக்கும் நிலம், தமிழினி, சென்னை, 2003.

18. மகராசன், எஸ்., 1974, ஒலிச்செல்வம், மனோன்மணி பதிப்பகம், மதுரை.

19. முத்துசண்முகம், 1987, வில்லிசையும் கணியான் கூத்தும், நாட்டுப் புறவியல் இதழ், சிதம்பரம்.

20. லூர்து, தே., (ப.ஆ.), 1981, நாட்டார் வழக்காற்றியல் ஆய்வுகள், தொ. 1., பாரிவேள் பதிப்பகம், பாளையங்கோட்டை.

21. வானமாமலை, நா., 1971, வீரபாண்டியக் கட்டபொம்மன் கதைப் பாடல், மதுரைக் காமராசர் பல்கலைக்கழகம், மதுரை.

22. வையாபுரிப்பிள்ளை, எஸ்., துரைசாமி முதலியார் எம்.பி.எஸ், 1936, குமாரசாமி அவதானியார் விறலிவிடு தூது, திருநெல்வேலி.

23. ... செந்தமிழ் செல்வி, 1952, சித்தாத்த மலர்; சைவசித்தாந்த நூற்பதிப்புக்கழக வெளியீடு, திருநெல்வேலி.

24. ... தமிழ் வட்டம், 1969, ஆண்டுமலர், சென்னை.

25. ... கிராமியக் கலைவிழா, சிறப்புமலர், 1978, தமிழ்நாடு இயலிசை நாடக மன்றம், சென்னை.

26. ... 1977, தமிழாய்வு, சென்னைப் பல்கலைக்கழகம், சென்னை.

27 ... விக்ஞான கைராளி (மலையாளம்), மார்ச் 1985, மாநில மொழி அமைப்புக்கூடம், திருவனந்தபுரம்.

28. Arunachalam, M., 1976, *Balled Poetry*, Gandhi Vidyalayam, Tanjore.
29. Blackburn, Stuart, 1980, *Performance as Paradigm The Tamil Bowsong Tradition (PhD Thesis)*, University of California, Berkely, USA.
30. Blackburn, Stuart, 1988, *Singing of Birth and Death*, University of Pennsylvania Press, Philadelphia, USA.
31. Hameed, K.P.S., July 1956, *A Folk Art from South Travancore*, Tamil Culture, Vol. V.
32. Kurup, K.K.N., 1977, *Aryan and Dravidians Elements in Malayalam Folklore*, Kerala Society, Trivandrum.
33. Lekshmana Chettyar, 1973, *Folklore in Tamil Nadu*, NBT, New Delhi.
34. Padmanaban Menon, K.P., 1929, *A History of Kerala*, Vol. 3, Ernakulam.
35. Karanth, S., 1975, *Yakshagana*, Mysore.
36. Vanamamalai, N., 1969, *Studies in Tamil Folk Literature*, NCBH, Madras.